WITHDRAWN

U.S. Citizenship Test Questions
(Multilingual Edition)
in English, Spanish, Chinese, Tagalog and Vietnamese

English • Español • 中文 • Tagalog • tiếng Việt

U.S. Citizenship Test Questions (Multilingual) in English, Spanish, Chinese, Tagalog and Vietnamese
Published by Lakewood Publishing
an imprint of Learning Visions
1710 Moorpark Rd., Suite #213
Thousand Oaks, CA 91362

ISBN: 978-1-936583-10-2 (paperback)
ISBN: 978-1-936583-11-9 (hardback)

1. Citizenship, United States, America, U.S. 2. naturalization, citizenship
3. immigration, citizenship test, new test
4 Spanish – language 5. Chinese – language 6. Tagalog – language
7. Vietnamese – language 8. United States – civics, government
9. United States – USCIS new test October 2008 .10. English - language
I. Citizenship, American   II. Title

Printed in the United States of America

English • Español • 中文 • Tagalog • tiếng Việt

U.S. Citizenship Test Questions
in
English, Spanish, Chinese, Tagalog and Vietnamese

J.S Aaron

Translation Help Online:

http://www.google.com/language_tools
(Google Translate)

and

http://babelfish.yahoo.com
(Yahoo Babel Fish)

For free information, English practice and to watch a USCIS Citizenship Interview video, visit us on the internet at:

Welcome ESL
www.welcomeesl.com

or go to

United States Citizenship and Immigration Services
www.uscis.gov

Table of Contents

1. English

2. Español (Spanish)

3. 中文 (Chinese)

4. Tagalog (Tagalog-Filipino)

5. Tiếng Việt (Vietnamese)

6. USCIS Vocabulary Lists

7. For More Information

8. Flashcards

How to Prepare for the
U.S. Citizenship Interview

Preparing for the U.S. Citizenship Interview
(from *U.S. Citizenship Test, English Edition*)

Every year thousands of people from all over the world become citizens of the United States. American citizenship can give you many new opportunities, but it is not a quick process. It usually takes ten years to become a U.S. citizen.

The 4 Parts of the Citizenship Interview

The USCIS (United States Citizenship and Immigration Ser-vices) is responsible for processing citizenship applications. A USCIS officer (interviewer) will ask you to do four things during your citizenship interview. You need to show him that you can:

1. **Speak and Understand Basic English**. The USCIS officer will ask you questions about your **N-400** citizenship application form. These will be questions about your life, work, family, reasons for becoming a citizen, and any problems with the information on your application.

He will also ask questions to be sure that you have been honest, have "good moral character", and that you are legally qualified to become an American citizen.

2. **Read English.** The USCIS officer will ask you to read 1 out of 3 sentences correctly in English. The USCIS does not tell which sentences they use on this test. But they have published a list of recommended reading vocabulary words. This list is included in this book on page 193.

3. **Write English.** The USCIS officer will also ask you to write 1 out of 3 sentences correctly in English. He will read a sentence to you, then you will write it down. The USCIS does not tell which sentences they use in the writing test.

But the USCIS does recommend vocabulary words that can be helpful for you to know. These are listed in this book, beginning on page 195.

4. **Know U.S. Civics.** You will also be asked questions about U.S history and government (also called "civics"). The USCIS publishes a list of these questions. All 100 USCIS civics questions and answers are listed in this book in five languages: English, Spanish, Chinese, Tagalog and Vietnamese.

There are 100 civics questions on the USCIS list. You can be asked to answer 10 of these 100 questions in your citizenship interview. When you answer 6 out of 10 questions correctly, then you will pass the civics test.

The civics questions and answers will all be said orally. You will not be asked to read or write any of your answers to the civics questions. You will also not be given any multiple choice questions. You need to know the answer to six questions the USCIS officer chooses from the list.

Adults who are 65 years and older—and have been Permanent Residents for 20 years or more—only need to know 20 of these 100 civics questions. These are listed separately, after the list of 100, in each language section.

Bilingual Books in the Series

There are five other books in this *US Citizenship Test* series. One is in English only, with the questions also formatted as flashcards. The four other books are bilingual, with all of the current U.S. civics questions in English and either Spanish, Chinese, Tagalog or Vietnamese.

All five of these books are included here, in this multilingual edition, which also includes all of the bilingual civics test introductions, 20 questions for people over 65, the USCIS recommended reading and writing vocabulary, and U.S. government contact information (addresses, websites and phone numbers).

All 100 civics questions and answers are included in the five different languages that the U.S. government makes available: English, Spanish, Chinese, Tagalog, and Vietnamese. To make practicing easier, all 100 civics questions are also included in a flashcard format (from the English edition), beginning on page 205.

Note: If you are at least 65 years old and have been a Permanent Resident for 20 years or more, you can ask to take the civics test in your native language instead of English. Be sure to write your request at the top of your N-400 application so the USCIS can have a translator for you at your interview.

Other Resources

The civics questions that begin on page 13 have the only answers that you need to know about civics for the U.S. citizenship test. But if you would like to learn more about any of these questions, you can read the longer USCIS answers in the book, *Learn About the United States: Quick Civics Lessons for the New Naturliation Test* (Lakewood Publishing).

You will not be tested on these longer USCIS answers ("mini-lessons"), but these readings are a good way to learn more about U.S. history and culture, practice your reading skills, and improve your English and civics vocabulary.

Like the books in this bilingual series, *Learn About the United States* has been specially organized and formatted for ease-of-reading and will be especially helpful for English language learners.

To help you prepare for all parts of your citizenship test, there are also free citizenship study materials and a link to a sample USCIS video interview online at:

www.welcomeesl.com or **www.uscis.gov**

Becoming a U.S. citizen is a life-changing experience. We encourage you on your journey to citizenship and look forward to welcoming you as a new American citizen!

1

100 Civics Questions and Answers

English

Introduction
(from USCIS)
Civics (History and Government) Questions for the Redesigned (New) Naturalization Test

The 100 civics (history and government) questions and answers for the redesigned (new) naturalization test are listed below.

If you filed your Application for Naturalization, Form N-400, on or after October 1, 2008, you will be asked questions from this list. The civics test is an oral test and the USCIS Officer will ask you up to 10 of the 100 civics questions below.

You must answer 6 out of 10 questions correctly to pass the civics portion of the naturalization test. You will also be asked other oral questions about information on your N-400 form. Know it well.

USCIS knows that there may be other correct answers to some of the 100 civics questions below, but they would like you to use the answers they have given, which are all correct.

Remember: Some questions will list more than one correct answer. Usually, you only need to know ONE answer.

If you need to know more than one answer, the question will tell you to know more than one answer. Otherwise, you only need to know one answer for each questionm.

Note: *If you are 65 years old or older and have been a legal permanent resident of the United States for 20 or more years, you only need to know the questions that are marked with an asterisk. (*) They are also listed separately on page 41.

100 Civics Questions and Answers

American Government

A: Principles of American Democracy

1. What is the supreme law of the land?

the Constitution

2. What does the Constitution do?

- sets up the government
- defines the government
- protects basic rights of Americans

3. The idea of self-government is in the first three words of the Constitution. What are these words?

We the People

4. What is an amendment?

- a change (to the Constitution)
- an addition (to the Constitution)

5. What do we call the first ten amendments to the Constitution?

the Bill of Rights

6. What is <u>one</u> right or freedom from the First Amendment?*

- speech
- religion
- assembly
- press
- petition the government

7. How many amendments does the Constitution have?

twenty-seven (27)

8. What did the Declaration of Independence do?

- announced our independence (from Great Britain)
- declared our independence (from Great Britain)
- said that the United States is free (from Great Britain)

9. What are <u>two</u> rights in the Declaration of Independence?

- life
- liberty
- pursuit of happiness

10. What is freedom of religion?

You can practice any religion, or not practice (have) a religion.

11. What is the economic system in the United States?*

- capitalist economy
- market economy

12. What is the "rule of law"?

- Everyone must follow the law.
- Leaders must obey the law.
- Government must obey the law.
- No one is above the law.

B: System of Government

13. Name <u>one</u> branch or part of the government.*

- Congress
- legislative
- President
- executive
- the courts
- judicial

14. What stops one branch of government from becoming too powerful?

- checks and balances
- separation of powers

15. Who is in charge of the executive branch?

the President

16. Who makes federal laws?

- Congress
-Senate and House (of Representatives)
- (U.S. or national) legislature

17. What are the two parts of the U.S. Congress?*

the Senate and House (of Representatives)

18. How many U.S. Senators are there?

one hundred (100)

19. We elect a U.S. Senator for how many years?

six (6)

20. Who is <u>one</u> of your state's U.S. Senators now?*

▪ Answers will be different for each state. Check the internet **www.senate.gov** for the current names in your state. [District of Columbia residents and residents of U.S. territories should answer that D.C. (or the territory where the applicant lives) has no U.S. Senators.]

21. The House of Representatives has how many voting members?

four hundred thirty-five (435)

22. We elect a U.S. Representative for how many years?

two (2)

23. Name your U.S. Representative.

▪ Answers will be different for each area. See the website: **www.house.gov** for the newest names.

[Residents of territories with non-voting Delegates or Resident Commissioners may provide the name of that Delegate or Commissioner. Also acceptable is any statement that the territory has no (voting) Representatives in Congress.]

24. Who does a U.S. Senator represent?

all people of the state

25. Why do some states have more Representatives than other states?

- (because of) the state's population
- (because) they have more people
- (because) some states have more people

26. We elect a President for how many years?

four (4)

27. In what month do we vote for President?*

November

28. What is the name of the President of the United States now?*

- Barack Obama
- Obama

29. What is the name of the Vice President of the United States now?

- Joseph R. Biden, Jr.
- Joe Biden
- Biden

30. If the President can no longer serve, who becomes President?

the Vice President

31. If both the President and the Vice President can no longer serve, who becomes President?

the Speaker of the House

32. Who is the Commander in Chief of the military?

the President

33. Who signs bills to become laws?

the President

34. Who vetoes bills?

the President

35. What does the President's Cabinet do?

advises the President

36. What are <u>two</u> Cabinet-level positions?

- Vice President
- Attorney General
- Secretary of Agriculture
- Secretary of Commerce
- Secretary of Defense
- Secretary of Education
- Secretary of Energy
- Secretary of Health and Human Services
- Secretary of Homeland Security
- Secretary of Housing and Urban Development
- Secretary of the Interior
- Secretary of Labor
- Secretary of State
- Secretary of Transportation
- Secretary of the Treasury
- Secretary of Veterans Affairs

37. What does the judicial branch do?

- reviews laws
- explains laws
- resolves disputes (disagreements)
- decides if a law goes against the Constitution

38. What is the highest court in the United States?

the Supreme Court

39. How many justices are on the Supreme Court?

nine (9)

40. Who is the Chief Justice of the United States now?

John Roberts (John G. Roberts, Jr.)

41. Under our Constitution, some powers belong to the federal government. What is <u>one</u> power of the federal government?

- to print money
- to declare war
- to create an army
- to make treaties

42. Under our Constitution, some powers belong to the states. What is <u>one</u> power of the states?

- provide schooling and education
- provide protection (police)
- provide safety (fire departments)
- give a driver's license
- approve zoning and land use

43. Who is the Governor of your state now?

▪ Answers will be different for each state. [District of Columbia residents should answer that D.C. does not have a Governor.]

44. What is the capital of your state?*

The States and the State Capitals

Alabama - Montgomery
Alaska - Juneau
Arizona - Phoenix
Arkansas - Little Rock
California - Sacramento
Colorado - Denver
Connecticut - Hartford
Delaware - Dover
Florida - Tallahassee
Georgia - Atlanta
Hawaii - Honolulu
Idaho - Boise
Illinois - Springfield
Indiana - Indianapolis
Iowa - Des Moines
Kansas - Topeka
Kentucky - Frankfort
Louisiana - Baton Rouge
Maine - Augusta
Maryland - Annapolis
Massachusetts - Boston
Michigan - Lansing
Minnesota - St. Paul
Mississippi - Jackson
Missouri - Jefferson City
Montana - Helena

Nebraska - Lincoln
Nevada - Carson City
New Hampshire - Concord
New Jersey - Trenton
New Mexico - Santa Fe
New York - Albany
North Carolina - Raleigh
North Dakota - Bismarck
Ohio - Columbus
Oklahoma - Oklahoma City
Oregon - Salem
Pennsylvania - Harrisburg
Rhode Island - Providence
South Carolina - Columbia
South Dakota - Pierre
Tennessee - Nashville
Texas - Austin
Utah - Salt Lake City
Vermont - Montpelier
Virginia - Richmond
Washington - Olympia
West Virginia - Charleston
Wisconsin - Madison
Wyoming - Cheyenne

[District of Columbia residents should answer that D.C. is not a state and does not have a capital. Residents of U.S. territories should name the capital of the territory.]

45. What are the <u>two</u> major political parties in the United States?*

Democratic and Republican

46. What is the political party of the President now?

Democratic (Party)

47. What is the name of the Speaker of the House of Representatives now?

(John) Boehner

C: Rights and Responsibilities

48. There are four amendments to the Constitution about who can vote. Describe <u>one</u> of them.

- Citizens eighteen (18) and older (can vote).
- You don't have to pay (a poll tax) to vote.
- Any citizen can vote. (Women and men can vote.)
- A male citizen of any race (can vote).

49. What is <u>one</u> responsibility that is only for United States citizens?*

 (1) serve on a jury;
 (2) vote in a federal election

50. Name <u>one</u> right only for United States citizens.

 - vote in a federal election
 - run for federal office

51. What are <u>two</u> rights of everyone living in the United States?

- freedom of expression - freedom of worship
- freedom of speech - the right to bear arms
- freedom of assembly
- freedom to petition the government

52. What do we show loyalty to when we say the Pledge of Allegiance?

 - the United States
 - the flag

53. What is <u>one</u> promise you make when you become a United States citizen?

   - give up loyalty to other countries
   - defend the Constitution and laws of the United States
   - obey the laws of the United States
   - serve in the U.S. military (if needed)
   - serve (do important work for) the nation (if needed)
   - be loyal to the United States

54. How old do citizens have to be to vote for President?*

   - eighteen (18) and older

55. What are <u>two</u> ways that Americans can participate in their democracy?

   - vote
   - join a political party
   - help with a campaign
   - join a civic group
   - join a community group
   - give an elected official your opinion on an issue
   - call Senators and Representatives
   - publicly support or oppose an issue or policy
   - run for office write to a newspaper

56. When is the last day you can send in federal income tax forms?*

    April 15

57. When must all men register for the Selective Service?

    - at age eighteen (18)
    - between eighteen (18) and twenty-six (26)

Selective Service
(U.S. Military)

American History

A: Colonial Period and Independence

58. What is <u>one</u> reason colonists came to America?

    - freedom
    - political liberty
    - religious freedom
    - economic opportunity
    - practice their religion
    - escape persecution

59. Who lived in America before the Europeans arrived?

- American Indians
- Native Americans

60. What group of people was taken to America and sold as slaves?

- Africans
- people from Africa

61. Why did the colonists fight the British?

- because of high taxes ("taxation without representation")
- because the British army stayed in their - houses (boarding, quartering)
- because they didn't have self-government

62. Who wrote the Declaration of Independence?

(Thomas) Jefferson

63. When was the Declaration of Independence adopted?

July 4, 1776

64. There were 13 original states. Name three.

Connecticut	New York
Delaware	North Carolina
Georgia	Pennsylvania
Maryland	Rhode Island
Massachusetts	South Carolina
New Hampshire	Virginia
New Jersey	

65. What happened at the Constitutional Convention?

- The Constitution was written.
- The Founding Fathers wrote the Constitution.

66. When was the Constitution written?

1787

67. The Federalist Papers supported the passage of the U.S. Constitution. Name <u>one</u> of the writers.

- (James) Madison
- (Alexander) Hamilton
- (John) Jay
- Publius

68. What is <u>one</u> thing Benjamin Franklin is famous for?

> He was...
> - a U.S. diplomat
> - the oldest member of the Constitutional Convention
> - first Postmaster General of the United States
> - writer of "Poor Richard's Almanac"
> - started the first free libraries

69. Who is the "Father of Our Country"?

(George) Washington

70. Who was the first President?*

(George) Washington

George Washington,
The First President of the United States

B: 1800s

71. What territory did the United States buy from France in 1803?
- the Louisiana Territory
- Louisiana

72. Name <u>one</u> war fought by the United States in the 1800s.

- War of 1812
- Mexican-American War
- Civil War
- Spanish-American War

73. Name the U.S. war between the North and the South.

- the Civil War
- the War between the States

74. Name <u>one</u> problem that led to the Civil War.

- slavery
- economic reasons
- states' rights

75. What was <u>one</u> important thing that Abraham Lincoln did?*

- freed the slaves (Emancipation Proclamation)
- saved (or preserved) the Union
- led the United States during the Civil War

Abraham Lincoln,
U.S. President During the U.S. Civil War

76. What did the Emancipation Proclamation do?

- freed the slaves
- freed slaves in the Confederacy
- freed slaves in the Confederate states
- freed slaves in most Southern states

77. What did Susan B. Anthony do?

- fought for women's rights
- fought for civil rights

C: Recent American History and Other Important Historical Information

78. Name <u>one</u> war fought by the United States in the 1900s.*

- World War I
- World War II
- Korean War
- Vietnam War
- (Persian) Gulf War

79. Who was President during World War I?

(Woodrow) Wilson

80. Who was President during the Great Depression and World War II?

(Franklin) Roosevelt

81. Who did the United States fight in World War II?

Japan, Germany, and Italy

82. Before he was President, Eisenhower was a general. What war was he in?

World War II

83. During the Cold War, what was the main concern of the United States?

Communism

84. What movement tried to end racial discrimination?

civil rights (movement)

85. What did Martin Luther King, Jr. do?*

- fought for civil rights
- worked for equality for all Americans

86. What major event happened on September 11, 2001, in the United States?

- Terrorists attacked the United States.

87. Name <u>one</u> American Indian tribe in the United States.

[USCIS Officers will be supplied with a list of federally recognized American Indian tribes.]

Apache	Inuit
Arawak	Iroquois
Blackfeet	Lakota
Cherokee	Mohegan
Cheyenne	Navajo
Chippewa	Oneida
Choctaw	Pueblo
Creek	Seminole
Crow	Shawnee
Hopi	Sioux
Huron	Teton

Integrated Civics

A: Geography

88. Name <u>one</u> of the two longest rivers in the United States.

- Missouri (River)
- Mississippi (River)

89. What ocean is on the West Coast of the United States?

Pacific (Ocean)

90. What ocean is on the East Coast of the United States?

Atlantic (Ocean)

91. Name <u>one</u> U.S. territory.

- Puerto Rico
- U.S. Virgin Islands
- American Samoa
- Northern Mariana Islands
- Guam

92. Name <u>one</u> state that borders Canada.

Alaska	New York
Idaho	North Dakota
Maine	Ohio
Michigan	Pennsylvania
Minnesota	Vermont
Montana	Washington
New Hampshire	

93. Name <u>one</u> state that borders Mexico.

- Arizona
- California
- New Mexico
- Texas

94. What is the capital of the United States?*

Washington, D.C.

95. Where is the Statue of Liberty?*

- New York (Harbor)
- Liberty Island

[Also correct are "New Jersey", "near New York City", and "on the Hudson (River)".]

B: Symbols

96. Why does the flag have 13 stripes?

- because there were 13 original colonies
- because the stripes represent the original colonies

97. Why does the flag have 50 stars?*

- because there is one star for each state
- because each star represents a state
- because there are 50 states

98. What is the name of the national anthem?

The Star-Spangled Banner

C: Holidays

99. When do we celebrate Independence Day?*

July 4

100. Name <u>two</u> national U.S. holidays.

New Year's Day

Martin Luther King, Jr. Day

Presidents' Day

Memorial Day

Independence Day

Labor Day

Columbus Day

Veterans Day

Thanksgiving

Christmas

July 4th
Independence Day

65/20

20 Civics Questions for People 65 and Older

65/20

People who are 65 years old (or older) and have been permanent residents for 20 years (or more) do not need to know all 100 questions. You only need to know the answers to the 20 questions in this section.

6. What is <u>one</u> right or freedom from the First Amendment?*

- speech
- religion
- assembly
- press
- petition the government

11. What is the economic system in the United States?*

- capitalist economy
- market economy

13. Name <u>one</u> branch or part of the government.*

- Congress (or legislative)
- President (or executive)
- the courts (or judicial)

17. What are the two parts of the U.S. Congress?*

the Senate and House (of Representatives)

20. Who is one of your state's U.S. Senators now?*

Answers will be different for each state. [District of Columbia residents and residents of U.S. territories should answer that D.C. (or the territory where the applicant lives) has no U.S. Senators.]

27. In what month do we vote for President?*

November

28. What is the name of the President of the United States now?*

- Barack Obama
- Obama

44. What is the capital of your state?*

Answers will be different by state. See page 48. [District of Columbia residents should answer that D.C. is not a state and does not have a capital. Residents of U.S. territories should name the capital of the territory.]

45. What are the <u>two</u> major political parties in the United States?*

    Democratic and Republican

49. What is <u>one</u> responsibility that is only for United States citizens?*

    - serve on a jury
    - vote in a federal election
    - the flag

54. How old do citizens have to be to vote for President?*

    eighteen (18) and older

56. When is the last day you can send in federal income tax forms?*

    April 15

70. Who was the first President?*

    (George) Washington

75. What was <u>one</u> important thing that Abraham Lincoln did?*

    - freed the slaves (Emancipation Proclamation)
    - saved (or preserved) the Union
    - led the United States during the Civil War

78. Name <u>one</u> war fought by the United States in the 1900s.*

- World War I
- World War II
- Korean War
- Vietnam War
- (Persian) Gulf War

85. What did Martin Luther King, Jr. do?*

- fought for civil rights
- worked for equality for all Americans

94. What is the capital of the United States?*

Washington, D.C.

95. Where is the Statue of Liberty?*

- New York (Harbor)
- Liberty Island

[Also acceptable are New Jersey, near New York City, and on the Hudson (River).]

97. Why does the flag have 50 stars?*

- because there is one star for each state
- because each star represents a state
- because there are 50 states

99. When do we celebrate Independence Day?*

July 4

2

100 Preguntas y Respuestas de Civismo

Español
Spanish

Introducción (USCIS)

100 Preguntas de civismo para el Examen de E.U. Ciudadanía - Naturalización rediseñado

Las 100 preguntas y respuestas de cívica (historia y sistema de gobierno) del examen de naturalización rediseñado se encuentran a continuación. Los solicitantes que presenten la solicitud Application for Naturalization (Solicitud de naturalización), Formulario N-400, el 1 de octubre de 2008 o después de esa fecha, deberán estudiar esta lista.

En el examen de cívica, el cual es oral, un oficial del USCIS le preguntará al solicitante hasta 10 preguntas de las 100 preguntas de cívica. El solicitante debe responder un mínimo de seis preguntas correctas para pasar satisfactoriamente la parte de cívica del examen de naturalización.

Si bien el USCIS reconoce que podría haber otras posibles respuestas correctas a las 100 preguntas de cívica, se les insta a los solicitantes a que respondan a tales preguntas utilizando las respuestas que se proporcionan a continuación.

*Si usted tiene 65 de edad o más y hace 20 años o más que es residente permanente legal de los Estados Unidos, puede limitarse sólo al estudio de las preguntas marcadas con asterisco.

Gobierno Americano

A: Principios de la democracia americana

1. ¿Cuál es la ley suprema de la nación?
   la Constitución

2. ¿Qué hace la Constitución?
   - establece el gobierno
   - define el gobierno
   - protege los derechos básicos de los
     ciudadanos

3. Las primeras tres palabras de la Constitución contienen la idea de la autodeterminación (de que el pueblo se gobierna a sí mismo). ¿Cuáles son estas palabras?

   Nosotros el Pueblo

4. ¿Qué es una enmienda?
   - un cambio (a la Constitución)
   - una adición (a la Constitución)

5. ¿Con qué nombre se conocen las primeras diez enmiendas a la Constitución?

   la Carta de Derechos

6. ¿Cuál es un derecho o libertad que la Primera Enmienda garantiza?*
   - expresión
   - religión
   - reunión
   - prensa
   - peticionar al gobierno

7. ¿Cuántas enmiendas tiene la Constitución?

   veintisiete (27)

8. ¿Qué hizo la Declaración de Independencia?

nunció nuestra independencia (de Gran Bretaña)
declaró nuestra independencia (de Gran Bretaña)
dijo que los Estados Unidos se independizó (de
    Gran Bretaña)

9. ¿Cuáles son dos derechos en la Declaración de la Independencia?
   - la vida
   - la libertad
   - la búsqueda de la felicidad

10. ¿En qué consiste la libertad de religión?

   Se puede practicar cualquier religión o no tener ninguna.

11. ¿Cuál es el sistema económico de los Estados Unidos?*
- economía capitalista
- economía del mercado

12. ¿En qué consiste el "estado de derecho" (ley y orden)?
- Todos deben obedecer la ley.
- Los líderes deben obedecer la ley.
- El gobierno debe obedecer la ley.
- Nadie está por encima de la ley.

B: Sistema de gobierno

13. Nombre una rama o parte del gobierno.*
- Congreso
- Poder legislativo
- Presidente
- Poder ejecutivo
- los tribunales
- Poder judicial

14. ¿Qué es lo que hace que una rama del gobierno no se vuelva demasiado poderosa?
- pesos y contrapesos
- separación de poderes

15. ¿Quién está a cargo de la rama ejecutiva?

el Presidente

16. ¿Quién crea las leyes federales?
   - el Congreso
   - el Senado y la Cámara (de Representantes)
   - la legislatura (nacional o de los Estados Unidos)

17. ¿Cuáles son las dos partes que integran el Congreso de los Estados Unidos?*

   el Senado y la Cámara (de Representantes)

18. ¿Cuántos senadores de los Estados Unidos hay?
   cien (100)

19. ¿De cuántos años es el término de elección de un senador de los Estados Unidos?

   seis (6)

20. Nombre a uno de los senadores actuales del estado donde usted vive.*

   Las respuestas variarán.
   [Los residentes del lDistrito de Columbia y los territorios de los Estados Unidos deberán contestar que el D.C. (o territorio en donde vive el solicitante) no cuenta con Senadores a nivel nacional.]

21. ¿Cuántos miembros votantes tiene la Cámara de Representantes?

cuatrocientos treinta y cinco (435)

22. ¿De cuántos años es el término de elección de un representante de los Estados Unidos?

dos (2)

23. Dé el nombre de su representante a nivel nacional.

Las respuestas variarán.

[Los residentes de territorios con delegados no votantes o los comisionados residentes pueden decir el nombre de dicho delegado o comisionado. Una respuesta que indica que el territorio no tiene representantes votantes en el Congreso también es aceptable.]

24. ¿A quiénes representa un senador de los Estados Unidos?

todas las personas del estado

25. ¿Por qué tienen algunos estados más representantes que otros?
- (debido a) la población del estado
- (debido a que) tienen más gente
- (debido a que) algunos estados tienen más gente

26. ¿De cuántos años es el término de elección de un presidente?

cuatro (4)

27. ¿En qué mes votamos por un nuevo presidente?*

Noviembre

28. ¿Cómo se llama el actual Presidente de los Estados Unidos?*
- Barack Obama
- Obama

29. ¿Cómo se llama el actual Vicepresidente de los Estados Unidos?
- Joseph R. Biden, Jr.
- Joe Biden
- Biden

30. Si el Presidente ya no puede cumplir sus funciones, ¿quién se vuelve Presidente?

el Vicepresidente

31. Si tanto el Presidente como el Vicepresidente ya no pueden cumplir sus funciones, ¿quién se vuelve Presidente?

el Presidente de la Cámara de Representantes

32. ¿Quién es el Comandante en Jefe de las Fuerzas Armadas?
    el Presidente

33. ¿Quién firma los proyectos de ley para convertirlos en ley?
    el Presidente

34. ¿Quién veta los proyectos de ley?
    el Presidente

35. ¿Qué hace el Gabinete del Presidente?
    asesora al Presidente

36. ¿Cuáles son dos puestos a nivel de gabinete?

    Procurador General
    Vicepresidente
    Secretario de Agricultura
    Secretario de Comercio
    Secretario de Defensa
    Secretario de Educación
    Secretario de Energía
    Secretario de Salud y Servicios Humanos
    Secretario de Seguridad Nacional
    Secretario de Vivienda y Desarrollo Urbano
    Secretario del Interior
    Secretario del Trabajo
    Secretario de Estado
    Secretario de Transporte
    Secretario del Tesoro

37. ¿Qué hace la rama judicial?
- revisa las leyes
- explica las leyes
- resuelve disputas (desacuerdos)
- decide si una ley va en contra de la
    Constitución

38. ¿Cuál es el tribunal más alto de los Estados Unidos?
la Corte Suprema de Justicia

39. ¿Cuántos jueces hay en la Corte Suprema de Justicia?
nueve (9)

40. ¿Quién es el Presidente actual de la Corte Suprema de Justicia de los Estados Unidos?
- John Roberts
- John G. Roberts, Jr.)

41. De acuerdo a nuestra Constitución, algunos poderes pertenecen al gobierno federal. ¿Cuál es un poder del gobierno federal?
- imprimir dinero
- declarar la guerra
- crear un ejército
- suscribir tratados

42. De acuerdo a nuestra Constitución, algunos poderes pertenecen a los estados. ¿Cuál es un poder de los estados?

- proveer escuelas y educación
- proveer protección (policía)
- proveer seguridad (cuerpos de bomberos)
- conceder licencias de conducir
- aprobar la zonificación y uso de la tierra

43. ¿Quién es el gobernador actual de su estado?

Las respuestas variarán.

[Los residentes del Distrito de Columbia deben decir "no tenemos gobernador".]

44. ¿Cuál es la capital de su estado?*

Las respuestas variarán.

[Los residentes del Distrito de Columbia deben contestar que el D.C. no es estado y que no tiene capital. Los residentes de los territorios de los Estados Unidos deben dar el nombre de la capital del territorio.]

45. ¿Cuáles son los dos principales partidos políticos de los Estados Unidos?*

Demócrata y Republicano

46. ¿Cuál es el partido político del Presidente actual?

(Partido) Demócrata

47. ¿Cómo se llama el Presidente actual de la Cámara de Representantes?

(Nancy) Pelosi

48. Existen cuatro enmiendas a la Constitución sobre quién puede votar. Describa una de ellas.

Ciudadanos de dieciocho (18) años en adelante (pueden votar). No se exige pagar un impuesto para votar (el impuesto para acudir a las urnas o "poll tax" en inglés). Cualquier ciudadano puede votar. (Tanto las mujeres como los hombres pueden votar.)Un hombre ciudadano de cualquier raza (puede votar).

49. ¿Cuál es una responsabilidad que corresponde sólo a los ciudadanos de los Estados Unidos?*

- prestar servicio en un jurado
- votar en una elección federal

50. ¿Cuál es un derecho que pueden ejercer sólo los ciudadanos de los Estados Unidos?

- votar en una elección federal
- postularse a un cargo político federal

51. ¿Cuáles son dos derechos que pueden ejercer todas las personas que viven en los Estados Unidos?
- libertad de expresión
- libertad de la palabra
- libertad de reunión
- libertad para peticionar al gobierno
- libertad de culto
- el derecho a portar armas

52. ¿Ante qué demostramos nuestra lealtad cuando decimos el Juramento de Lealtad (Pledge of Alle giance)?
- los Estados Unidos
- la bandera

53. ¿Cuál es una promesa que usted hace cuando se convierte en ciudadano de los Estados Unidos?
- Renunciar a la lealtad a otros países;
- defender la Constitución y las leyes de los Estados Unidos;
- obedecer las leyes de los Estados Unidos ;
- prestar servicio en las Fuerzas Armadas de los Estados Unidos (de ser necesario);
- prestar servicio a (realizar trabajo importante para) la nación (de ser necesario); ser leal a los Estados Unidos.

54. ¿Cuántos años tienen que tener los ciudadanos para votar por el Presidente?*
dieciocho (18) años en adelante

55. ¿Cuáles son dos maneras mediante las cuales los ciudadanos americanos pueden participar en su democracia?

- votar
- afiliarse a un partido político
- ayudar en una campaña
- unirse a un grupo cívico
- unirse a un grupo comunitario
- presentar su opinión sobre un asunto a un oficial elegido
- llamar a los senadores y representantes
- apoyar u oponerse públicamente a un asunto política
- postularse a un cargo político
- enviar una carta o mensaje a un periódico

56. ¿Cuál es la fecha límite para enviar la declaración federal de impuesto sobre el ingreso?*

- el 15 de abril

57. ¿Cuándo deben inscribirse todos los hombres en el Servicio Selectivo?

- a la edad de dieciocho (18) años
- entre los dieciocho (18) y veintiséis (26) años de edad

el servicio selectivo

Historia Americana

A: Época colonial e independencia

58. ¿Cuál es una razón por la que los colonos vinieron a los Estados Unidos?
- libertad
- libertad política
- libertad religiosa
- oportunidad económica
- para practicar su religión
- para huir de la persecución

59. ¿Quiénes vivían en los Estados Unidos antes de la llegada de los europeos?
- Indios americanos
- Nativos americanos

60. ¿Qué pueblo fue traído a los Estados Unidos y vendido como esclavos?
- Africanos
- gente de África

61. ¿Por qué lucharon los colonos contra los británicos?
- debido a los impuestos altos (impuestos sin representación)
- el ejército británico se quedó en sus casas (alojamiento, acuartelamiento)
- no tenían autodeterminación

62. ¿Quién escribió la Declaración de Independencia?

(Thomas) Jefferson

63. ¿Cuándo fue adoptada la Declaración de Independencia?

el 4 de julio de 1776

64. Había 13 estados originales. Nombre tres.

Carolina del Norte	Nueva Hampshire
Carolina del Sur	Nueva Jersey
Connecticut	Nu eva York
Delaware	Pennsylvania
Georgia	Rhode Island
Maryland	Virginia
Massachusetts	

65. ¿Qué ocurrió en la Convención Constitucional?

- Se redactó la Constitución.
- Los Padres Fundadores redactaron la Constitución.

66. ¿Cuándo fue escrita la Constitución?

1787

67. Los ensayos conocidos como "Los Federalistas" respaldaron la aprobación de la Constitución de los Estados Unidos. Nombre uno de los autores.

- (James) Madison
- (Alexander) Hamilton
- (John) Jay
- Publius

68. Mencione una razón por la que es famoso Benjamin Franklin.

- diplomático americano
- el miembro de mayor edad de la Convención Constitucional
- primer Director General de Correos de los Estados Unidos
- autor de "Poor Richard's Almanac" (Almanaque del Pobre Richard)
- fundó las primeras bibliotecas gratuitas

69. ¿Quién se conoce como el "Padre de Nuestra Nación"?

(George) Washington

70. ¿Quién fue el primer Presidente?*
(George) Washington

George Washington,
el primer Presidente de los Estados Unidos

B: Los años 1800

71. ¿Qué territorio compró los Estados Unidos de Francia en 1803?
- el territorio de Louisiana
- Louisiana

72. Mencione una guerra durante los años 1800 en la que peleó los Estados Unidos.
- la Guerra de 1812
- la Guerra entre México y los Estados Unidos
- la Guerra Civil
- la Guerra Hispanoamericana

73. Dé el nombre de la guerra entre el Norte y el Sur de los Estados Unidos.
- la Guerra Civil
- la Guerra entre los Estados

74. Mencione un problema que condujo a la Guerra Civil.
- esclavitud
- razones económicas
- derechos de los estados

75. ¿Qué fue una cosa importante que hizo Abraham Lincoln?*
- liberó a los esclavos (Proclamación de la Emancipación)
- salvó (o preservó) la Unión
- presidió los Estados Unidos durante la Guerra Civil

Abraham Lincoln

il

76. ¿Qué hizo la Proclamación de la Emancipación?
- liberó a los esclavos
- liberó a los esclavos de la Confederación
- liberó a los esclavos en los estados de la Confederación
- liberó a los esclavos en la mayoría de los estados del Sur

77. ¿Qué hizo Susan B. Anthony?
- luchó por los derechos de la mujer
- luchó por los derechos civiles

C: Historia americana reciente y otra información histórica importante

78. Mencione una guerra durante los años 1900 en la que peleó los Estados Unidos.*
- la Primera Guerra Mundial
- la Segunda Guerra Mundial
- la Guerra de Corea
- la Guerra de Vietnam
- la Guerra del Golfo (Persa)

79. ¿Quién era presidente durante la Primera Guerra Mundial?

(Woodrow) Wilson

80. ¿Quién era presidente durante la Gran Depresión y la Segunda Guerra Mundial?

(Franklin) Roosevelt

81. ¿Contra qué países peleó los Estados Unidos en la Segunda Guerra Mundial?

Japón, Alemania e Italia

82. Antes de ser presidente, Eisenhower era general. ¿En qué guerra participó?

Segunda Guerra Mundial

83. Durante la Guerra Fría, ¿cuál era la principal preocupación de los Estados Unidos?

Comunismo

84. ¿Qué movimiento trató de poner fina la discriminación racial?

(el movimiento en pro de los) derechos civiles

85. ¿Qué hizo Martin Luther King, Jr.?*
- luchó por los derechos civiles
- trabajó por la igualdad de todos los ciudadanos americanos

86. ¿Qué suceso de gran magnitud ocurrió el 11 de septiembre de 2001 en los Estados Unidos?

Los terroristas atacaron los Estados Unidos.

87. Mencione una tribu de indios americanos de los Estados Unidos.

[A los oficiales del USCIS se les dará una lista de tribus amerindias reconocidas a nivel federal.]

Apache	Inuit
Arawak	Iroquois
Blackfeet	Lakota
Cherokee	Mohegan
Cheyenne	Navajo
Chippewa	Oneida
Choctaw	Pueblo
Creek	Seminole
Crow	Shawnee
Hopi	Sioux
Huron	Teton

Civismo Integrado

A: Geografía

88. Mencione uno de los dos ríos más largos en los Estados Unidos.

- (el río) Missouri
- (el río) Mississippi

89. ¿Qué océano está en la costa oeste de los Estados Unidos?

(el océano) Pacífico

90. ¿Qué océano está en la costa este de los Estados Unidos?

(el océano) Atlántico

91. Dé el nombre de un territorio de los Estados Unidos.

- Puerto Rico
- Islas Vírgenes de los Estados Unidos
- Samoa Americana
- Islas Marianas del Norte
- Guam

92. Mencione un estado que tiene frontera con Canadá.

Alaska	Nueva York (New York)
Idaho	Dakota del Norte (N. Dakota)
Maine	Ohio
Michigan	Pennsylvania
Minnesota	Vermont
Montana	Washington
Nueva Hampshire (New Hampshire)	

93. Mencione un estado que tiene frontera con México.

- Arizona
- California
- Nuevo México
- Texas

94. ¿Cuál es la capital de los Estados Unidos?*

Washington, D.C.

95. ¿Dónde está la Estatua de la Libertad?*

- (el puerto de) Nueva York,
- Liberty Island

[Otras respuestas aceptables son Nueva Jersey, cerca de la Ciudad de Nueva York y (el río) Hudson.]

B: Símbolos

96. ¿Por qué hay 13 franjas en la bandera?

- porque representan las 13 colonias originales
- porque las franjas representan las colonias originales

97. ¿Por qué hay 50 estrellas en la bandera?*

-porque hay una estrella por cada estado
-porque cada estrella representa un estado
-porque hay 50 estados

98. ¿Cómo se llama el himno nacional?

The Star-Spangled Banner

C: Días feriados

99. ¿Cuándo celebramos el Día de la Independencia?*

el 4 de julio

100. Mencione dos días feriados nacionales de los Estados Unidos.

-el Día de Año Nuevo
-el Día de Martin Luther King, Jr.
-el Día de los Presidentes
-el Día de la Recordación
-el Día de la Independencia
-el Día del Trabajo
-el Día de la Raza (Cristóbal Colón)
-el Día de los Veteranos
-el Día de Acción de Gracias
-el Día de Navidad

el Día de la Independencia

65/20

20 Preguntas si usted tiene 65 de edad o más

65/20

Si usted tiene 65 de edad o más y hace 20 años o más que es residente permanente legal de los Estados Unidos, puede limitarse sólo al estudio de las preguntas marcadas con asterisco (*).

*Preguntas: #6, 11, 13, 17, 20, 27, 28, 44, 45, 49, 54, 56, 70, 75, 78, 85, 94, 95, 97, 99

6. ¿Cuál es un derecho o libertad que la Primera Enmienda garantiza?*
- expresión
- religión
- reunión
- prensa
- peticionar al gobierno

11. ¿Cuál es el sistema económico de los Estados Unidos?*
- economía capitalista
- economía del mercado

13. Nombre una rama o parte del gobierno.*
- Congreso
- Poder legislativo
- Presidente
- Poder ejecutivo
- los tribunales
- Poder judicial

17. ¿Cuáles son las dos partes que integran el Congreso de los Estados Unidos?*

el Senado y la Cámara (de Representantes)

20. Nombre a uno de los senadores actuales del estado donde usted vive.*

Las respuestas variarán.
[Los residentes del Distrito de Columbia y los territorios de los Estados Unidos deberán contestar que el D.C. (o territorio en donde vive el solicitante) no cuenta con Senadores a nivel nacional.]

27. ¿En qué mes votamos por un nuevo presidente?*

Noviembre

28. ¿Cómo se llama el actual Presidente de los Estados Unidos?*

-Barack Obama
-Obama

44. ¿Cuál es la capital de su estado?*

Las respuestas variarán.

[Los residentes del Distrito de Columbia deben contestar que el D.C. no es estado y que no tiene capital. Los residentes de los territorios de los Estados Unidos deben dar el nombre de la capital del territorio.]

45. ¿Cuáles son los dos principales partidos políticos de los Estados Unidos?*

Demócrata y Republicano

49. ¿Cuál es una responsabilidad que corresponde sólo a los ciudadanos de los Estados Unidos?*

- prestar servicio en un jurado
- votar en una elección federal

54. ¿Cuántos años tienen que tener los ciudadanos para votar por el Presidente?*

dieciocho (18) años en adelante

56. ¿Cuál es la fecha límite para enviar la declaración federal de impuesto sobre el ingreso?*

el 15 de abril

70. ¿Quién fue el primer Presidente?*

(George) Washington

75. ¿Qué fue una cosa importante que hizo Abraham Lincoln?*

- liberó a los esclavos (Proclamación de la Emancipación)
- salvó (o preservó) la Unión
- presidió los Estados Unidos durante la Guerra Civil

78. Mencione una guerra durante los años 1900 en la que peleó los Estados Unidos.*
- la Primera Guerra Mundial
- la Segunda Guerra Mundial
- la Guerra de Corea
- la Guerra de Vietnam
- la Guerra del Golfo (Persa)

85. ¿Qué hizo Martin Luther King, Jr.?*
- luchó por los derechos civiles
- trabajó por la igualdad de todos los ciudadanos americanos

94. ¿Cuál es la capital de los Estados Unidos?*
Washington, D.C.

95. ¿Dónde está la Estatua de la Libertad?*
- (el puerto de) Nueva York
- Liberty Island

[Otras respuestas aceptables son Nueva Jersey, cerca de la Ciudad de Nueva York y (el río) Hudson.]

97. ¿Por qué hay 50 estrellas en la bandera?*
- porque hay una estrella por cada estado
- porque cada estrella representa un estado
- porque hay 50 estados

99. ¿Cuándo celebramos el Día de la Independencia?*
el 4 de julio

3

新版公民入籍歸化考試的100道考題與答案

中文
Chinese

簡介
(USCIS)

新版公民入籍歸化考試（歷史與政府）的考題

以下所列出的為新版公民（歷史與政府）入籍歸化考試的100道考題與答案.

凡是於2008年10月1日之後, 填寫 N-400 公民入籍申請表格的申請人 均需要仔細研讀這100道考題與答案. 公民入籍歸化考試採用口試方式.

由美國移民局官員自這100道題庫中提出至多10題問題詢問申請人.

申請人必需至少答對10題中的6題, 才能通過公民入籍歸化考試.

雖然美國移民局明白這100道考題可能會有額外的正確答案, 但是我們建議申請人採用本題庫提供的解答來答覆公民入籍歸化口試.

如果您已年滿65歲或65歲以上, 並且已經持有美國合法永久居留權（俗稱綠卡)20年或更久, 您只需要研讀標示有星號(*)的考題.

美國政府

A: 美國民主原則

1. 美國的最高法律是什麼？

   - 憲法

2. 憲法的作用是什麼？

   - 建立政府體制
   - 定義政府
   - 保護美國人的基本權利

3. 憲法的前三個字說明自治的概念. 這三個字是什麼？

   - 我們人民

4. 什麼是修正案？

   - （憲法的）更正
   - （憲法的）補充

5. 憲法的前十項修正案稱為什麼？

   - 權利法案

6. 列舉憲法第一條修正案中的一項權利或自由 ?*

- 言論自由
- 宗教自由
- 集會結社的自由
- 出版自由
- 向政府請願的自由

7. 憲法有幾條修正案?

- 二十七 (27) 條

8. 「獨立宣言」的作用是什麼?

- 宣佈美國 (脫離英國而) 獨立
- 宣告美國 (脫離英國而) 獨立
- 表示美國 (脫離英國而) 獨立

9. 列舉「獨立宣言」中的兩項權利 ?

- 生命 (的權利)
- 自由 (的權利)
- 追求幸福 (的權利)

10. 什麼是宗教自由?

- 你可以信仰任何宗教，也可以不信仰任何宗教.

11. 美國的經濟制度是什麼？

  ▪ 資本主義經濟
  ▪ 市場經濟

12. 「法治」是什麼？

  ▪ 人人都應遵守法律．
  ▪ 領導人必須遵守法律．
  ▪ 政府必須遵守法律．
  ▪ 沒有任何人在法律之上．

美國歷史

B：政治體制

13. 列舉政府體制的一個分支或部門．*

  ▪ 國會
  ▪ 立法部門
  ▪ 總統
  ▪ 行政部門
  ▪ 法院
  ▪ 司法部門

14. 什麼防止一個政府分支變得過於強大？

  ▪ 制衡
  ▪ 權力分立

15. 誰負責行政部門？

   ▪ 總統

16. 誰制定聯邦法律？

   ▪ 國會
   ▪ 參議院及眾議院
   ▪（美國或國家）立法部門

17. 美國國會由哪兩個部分組成？＊

   ▪ 參議院與眾議院

18. 美國參議員有幾位？

   ▪ 一百（100）位

19. 我們選出的美國參議員任職多少年？

   ▪ 六（6）年

20. 您所在州的現任一位美國參議員的名字是什麼？＊

   ▪ 答案依所在州不同而異．
   ［住在哥倫比亞特區和美國領
   居民可答：哥倫比亞特區當地
   （或應試居民所在領地）沒有美國參議員．］

88

21. 眾議院中有投票權的眾議員有幾位？

- 四百三十五（435）位

22. 我們選出的美國眾議員任職多少年？

- 兩（2）年

23. 列舉您所在選區的美國眾議員的名字．

- 答案依所在州不同而異．

[住在沒有投票權的美國領地當地代表或專員之應試者可以說明當地代表或專員的姓名．

說明自己選區沒有國會（投票）代表也是可接受的答案]

24. 美國參議員代表何人？

- 其所在州的所有人民

25. 為什麼有些州的眾議員人數比其他州多？

- （由於）該州的人口
- （由於）該州有更多人口
- （由於）該州的人口比其他州多

26. 我們選出的總統任職多少年？

- 四（4）年

27. 我們在哪一個月選總統？ *

- 十一月

28. 現任美國總統的名字是什麼？ *

- Barack Obama
- Obama

29. 現任美國副總統的名字是什麼？

- Joseph R. Biden, Jr.
- Joe Biden
- Biden

30. 如果總統不能視事，則由誰成為總統？

- 副總統

31. 如果總統和副總統都不能視事，則由誰成為總統？

- 眾議院議長

32. 誰是三軍統帥？

- 總統

33. 誰簽署法案使之成為法律？

- 總統

34. 誰否決法案？

- 總統

35. 總統的內閣做什麼事？

- 向總統提出建議

36. <u>兩個</u>內閣級別的職位是什麼？

- 農業部長
- 商務部長
- 國防部長
- 教育部長
- 能源部長
- 健康與人類服務部長
- 國土安全部長
- 住宅與都市發展部長
- 內政部長
- 勞工部長
- 國務卿
- 交通部長
- 財政部長
- 退伍軍人事務部長
- 司法部長
- 副總統

37. 司法部門做什麼？

- 審查法律
- 解釋法律
- 解決爭議（意見不一致）
- 決定某一法律是否牴觸憲法

38. 美國最高法院是什麼？

   - 聯邦最高法院

39. 最高法院有幾位大法官？

   - 九（9）位

40. 現任聯邦首席大法官是誰？

   - 約翰 • 羅伯茲（小約翰 G. 羅伯茲）

41. 根據我國憲法. 有些權力屬於聯邦政府 .
    聯邦政府的一項權力是什麼？

   - 印製鈔票
   - 宣戰
   - 創立軍隊
   - 簽訂條約

42. 根據我國憲法，有些權力屬於州政府.
    州政府的一項權力是什麼？

   - 提供教育
   - 提供保護（警員）
   - 提供安全（消防局）
   - 提供駕駛執照
   - 批准區劃與土地使用

43. 您居住州的現任州長是誰？

   ▪ 答案依居住州不同而異.
［哥倫比亞特區的居民應回　答：我們沒有州長.］

44. 您居住州的首府是哪裡？＊

   ▪ 答案依居住州不同而異.　（p. 14）
［哥倫比亞特區居民應回答哥　倫比亞特區不是一個州，沒有首府. 美國領地居民應回答　居住領地的首府.］

45. 美國當今兩大政黨為何？＊

   ▪ 民主黨與共和黨

46. 現任總統屬於哪個政黨？

   ▪ 民主黨

47. 現任國會眾議院議長的名字是什麼？

   ▪ （南茜）波洛西

C: 權利與責任

48. 憲法中有四個關於誰可以投票的修正案.
試舉一個.

- 十八 *(18)* 歲以上的公民（可以投票）.
- 您投票不必繳錢（繳投票稅）.
- 任何公民都可以投票（男性與女性都可以投票）.
- 任何種族的男性公民（都可以投票）.

49. 列舉一項美國公民才有的責任？*

- 當陪審員
- 在聯邦選舉中投票

50. 列舉一項美國公民才享有的權利.

- 在聯邦選舉中投票的權利
- 競選公職的權利

51. 每一個住在美國的人享有的兩項權利是什麼？

- 表達自由
- 言論自由
- 集會結社的自由
- 向政府請願的自由
- 宗教崇拜的自由
- 持有武器的自由

52.　當我們宣誓效忠時．是向什麼表達忠誠？

- 美利堅合眾國
- 國旗

53.　當您成為美國公民時做出的一項承諾是什麼？

- 放棄效忠其他國家
- 護衛美國的憲法及法律
- 遵守美國的法律
- 必要時）加入美國軍隊
- 必要時）為國效勞（為國做重要工作）
- 效忠美國

54.　美國公民必須幾歲才能投票選舉總統？ ＊

- 十八（18）歲以上

55.　美國人參與民主政治的兩種方法是什麼？

- 投票
- 加入政黨
- 協助競選活動
- 加入公民團體
- 加入社區團體
- 向民選官員提供自己對某項議題的意見
- 撥電給參議員和眾議員
- 公開支持或反對某個議題或政策
- 競選公職
- 向報社投函

56. 寄送聯邦所得稅表的截止日期是哪一天？＊

- （每年的）4月15日

57. 所有男性到了哪個年齡必須註冊「兵役登記」？

- 十八（18）歲
- 十八（18）歲至二十六（26）歲之間

Selective Service (U.S. Military)

美國歷史

A: 殖民期與獨立

58. 殖民者當初到美國的一項理由是什麼？

- 自由
- 政治自由
- 宗教自由
- 經濟機會
- 從事宗教活動
- 逃避迫害

59. 歐洲人抵達美國之前，誰已經居住在美國？

- 美國印地安人
- 美國原住民

60. 哪一群人被帶到美國並被販賣為奴？

- 非洲人
- 來自非洲的人

61. 殖民者為何與英國作戰？

- 因為高額捐稅（只繳稅，沒有代表權）
- 因為英國軍隊住在他們的住宅內（寄宿，宿營）
- 因為他們沒有自治權

62. 「獨立宣言」是誰寫的？

- （湯瑪士）傑佛遜

63. 「獨立宣言」是何時通過採用的？

- 1776 年7月4日

64. 美國原先有13個州． 請列舉其中三個州．

- 新罕布夏
- 麻薩諸塞
- 羅德島
- 康乃狄克
- 紐約
- 紐澤西
- 賓夕法尼亞
- 德拉瓦
- 馬裏蘭
- 維吉尼亞
- 北卡羅萊納
- 南卡羅萊納
- 喬治亞

65. 制憲會議達成了什麼事？

- 擬定憲法．
- 開國諸賢擬定了憲法．

66. 憲法是何時擬定的？

- 1787年

67. 《聯邦論》支持美國憲法的通過．
    請列舉一名《聯邦論》的作者．

    - （詹姆士）麥迪森
    - （亞歷山大）漢米爾頓
    - （約翰）傑伊
    - （普布利烏斯

68. 班哲明 • 富蘭克林著稱的一項事蹟是什麼？

    - 美國外交官
    - 制憲會議年紀最長的成員
    - 美國第一任郵政總局局長
    - 《窮人理查年鑑》的作者
    - 開辦第一個免費圖書館

69. 誰是「美國國父」？

    - （喬治）華盛頓

George Washington

70. 誰是第一任總統？*

    - （喬治）華盛頓

B: 1800 年代

71. 美國在1803年向法國購買哪塊領地？

- 路易士安納領地
- 路易士安納

72. 列舉一場美國在1800年代參與的戰爭 。

- 1812年戰爭
- 美墨戰爭
- 內戰
- 美國與西班牙戰爭

73. 請說出美國南方與北方之間戰爭的名稱 .

- 內戰
- 州際戰爭

74. 列舉一項導致內戰的問題.

- 奴隸制度
- 經濟原因
- 各州的權利

75. 亞伯拉罕 · 林肯的一項重要事蹟是什麼？*

- 解放奴隸（《解放宣言》）
- 拯救（保留）聯盟
- 在內戰期間引領美國

76.《解放宣言》達成了什麼？

- 解放了奴隸
- 解放了聯邦制下的奴隸
- 解放了聯邦各州的奴隸
- 解放了南方大部分州的奴隸

77. 蘇珊B. 安東尼的事蹟是什麼？

- 為女權奮鬥
- 為民權奮鬥

C：美國近代史與其他重要的歷史資料

78. 列舉一場美國在1900年代參與的戰爭．*

- 第一次世界大戰
- 第二次世界大戰
- 朝鮮戰爭
- 越戰
- （波斯灣）海灣戰爭

79.　第一次世界大戰期間的美國總統是誰？

- （伍德羅）威爾遜

Abraham Lincoln

80.　美國經濟大蕭條和第二次世界大戰期間的總統是誰？

- （富蘭克林）羅斯福

81.　美國在第二次世界大戰與哪些國家作戰？

- 日本、德國、義大利

82.　艾森豪在當總統以前是將軍．他曾參加哪一場戰爭？

- 第二次世界大戰

83.　在冷戰期間，美國的主要顧慮是什麼？

- 共產主義

84. 哪項運動試圖結束種族歧視？

  - 民權（運動）

85. 小馬丁• 路德 • 金的事蹟是什麼？*

  - 為民權奮鬥
  - 為所有美國人爭取平等

86. 美國在2001年9月11日發生了什麼重大事件？

  - 恐怖份子攻擊美國 .

87. 列舉一個美國印地安人部族 .
  ［USCIS主考官將有聯邦承認的美國印地安人部族清單.］

賀皮	拉科塔
伊努特	克洛
切洛基	泰頓
納瓦荷	夏安
蘇	阿拉瓦克
齊普瓦	蕭尼
喬克陶	莫希根
布耶布洛	休倫
阿帕契	賽米諾利
伊洛奎斯	歐尼達
庫瑞克	
佈雷克非特	

綜合公民（歸化試題）

A: 地理

88. 列舉美國最長的兩條河中的一條．

   - 密蘇裏（河）
   - 密西西比（河）

89. 美國西岸瀕臨什麼海洋？

   - 太平洋

90. 美國東岸瀕臨什麼海洋？

   - 大西洋

91. 列舉一個美國領地．

   - 波多黎各
   - 美屬維京群島
   - 美屬薩摩亞
   - 北馬裏亞納群島
   - 關島

92. 列舉一個與加拿大毗連的州．

- 緬因
- 新罕布夏
- 佛蒙特
- 紐約
- 賓夕法尼亞
- 俄亥俄
- 密西根
- 明尼蘇達
- 北達科他
- 蒙大拿
- 愛達荷
- 華盛頓
- 阿拉斯加

93. 列舉一個與墨西哥毗連的州．

- 加利福尼亞
- 亞利桑那
- 新墨西哥
- 德克薩斯

94. 美國的首都在哪裡？ *

- 華盛頓哥倫比亞特區

95. 自由女神像在哪裡？ *

- 紐約（港）
- 自由島

［回答紐澤西、紐約市附近、哈德遜河上也可以接受］

B: 標誌

96. 國旗上為什麼有十三個條紋？

- 因為當初有十三個殖民地
- 因為條紋代表當初的殖民地

97. 國旗上為什麼有五十顆星星？＊

- 因為一個州有一顆星
- 因為一顆星代表一個州
- 因為有五十個州

98. 美國國歌的名稱是什麼？

- 星條旗之歌

C: 國定假日

99. 我們在哪一天慶祝獨立紀念日？＊

- 7月4日

100. 列舉<u>兩個</u>美國的國定假日 。

- 新年
- 馬丁路德金的生日
- 總統日
- 國殤日
- 美國國慶日
- 勞動節
- 哥倫布日
- 退伍軍人節
- 感恩節
- 聖誕節

美國國慶日

65/20

如果您已年滿65歲或65歲以上

如果您已年滿65歲或65歲以上, 並且已經持有美國合法永久居留權 (俗稱綠卡) 20年或更久,
您只需要研讀標示有星號 (*) 的考題.

*6, 11, 13, 17, 20, 27, 28, 44, 45, 48, 49, 54, 56, 70, 75, 78, 85, 94, 97, 99

6. 列舉憲法第一條修正案中的一項權利或自由 ?*

- 言論自由
- 宗教自由
- 集會結社的自由
- 出版自由
- 向政府請願的自由

11. 美國的經濟制度是什麼？

- 資本主義經濟
- 市場經濟

B: 政治體制

13. 列舉政府體制的一個分支或部門 .*

- 國會
- 立法部門
- 總統
- 行政部門
- 法院
- 司法部門

17. 美國國會由哪兩個部分組成？＊

- 參議院與眾議院

20. 您所在州的現任一位美國參議員的名字是什麼？＊

- 答案依所在州不同而異 ．

［住在哥倫比亞特區和美國領土的居民可答：哥倫比亞特
區當地（或應試居民所在領地）沒有美國參議員 ．］

27. 我們在哪一個月選總統？＊

- 十一月

28. 現任美國總統的名字是什麼？＊

- Barack Obama
- Obama

44. 您居住州的首府是哪裡？＊

- 答案依居住州不同而異．［哥倫比亞特區居民應回答哥
倫比亞特區不是一個州，沒有首府．美國領地居民應回答
居住領地的首府．］

45. 美國當今兩大政黨為何？ *

   ▪ 民主黨與共和黨

C：權利與責任

49. 列舉一項美國公民才有的責任？ *

   ▪ 當陪審員
   ▪ 在聯邦選舉中投票

54. 美國公民必須幾歲才能投票選舉總統？ *

   ▪ 十八（18）歲以上

56. 寄送聯邦所得稅表的截止日期是哪一天？ *

   ▪ （每年的）4月15日

美國歷史

70. 誰是第一任總統？ *

   ▪ （喬治）華盛頓

B: 1800 年代

75. 亞伯拉罕 · 林肯的一項重要事蹟是什麼？＊

- 解放奴隸（《解放宣言》）
- 拯救（保留）聯盟
- 在內戰期間引領美國

C: 美國近代史與其他重要的歷史資料

78. 列舉一場美國在1900年代參與的戰爭. ＊

- 第一次世界大戰
- 第二次世界大戰
- 朝鮮戰爭
- 越戰
- （波斯灣）海灣戰爭

85. 小馬丁· 路德 · 金的事蹟是什麼？＊

- 為民權奮鬥
- 為所有美國人爭取平等

94. 美國的首都在哪裡？＊

- 華盛頓哥倫比亞特區

95. 自由女神像在哪裡？*

- 紐約（港）
- 自由島

[回答紐澤西、紐約市附近、哈德遜河上也可以接受]

B: 標誌

97. 國旗上為什麼有五十顆星星？*

- 因為一個州有一顆星
- 因為一顆星代表一個州
- 因為有五十個州

99. 我們在哪一天慶祝獨立紀念日？*

- 7月4日

4

100 Katanungan at Sagot para sa Iksamen sa U.S. Naturalisasyon

Tagalog
Filipino

Pagpapakilal
(USCIS-INS)

Ang 100 katanungan sa sibika (kasaysayan at pamahalaan) at mga sagot para sa pinalitan ang disenyo (bagong) iksamen para sa naturalisasyon ay nakalista sa ibaba. Ang mga aplikanteng nagharap ng *Application for Naturalization, Form N-400*, sa o pagkaraan ng Oktubre 1, 2008, ay dapat pag-aralan ang listahang ito.

Ang iksamen sa sibika ay isang pasalitang iksamen at ang USCIS Officer ay magtatanong sa aplikante ng hanggang 10 ng 100 katanungan sa sibika. Ang isang aplikante ay dapat sumagot nang tama sa 6 mula sa 10 katanungan upang pumasa sa bahagi ng sibika ng iksamen sa naturalisasyon.

Bagaman alam ng USCIS na maaaring may mga karagdagang tamang sagot sa 100 katanungan sa sibika, ang mga aplikante ay hinihimok na sumagot sa mga katanungan sa sibika na ginagamit ang mga sagot na nasa ibaba.

*Kung ikaw ay 65 taong gulang o mas matanda at naging legal na permanenteng residente ng Estados Unidos ng 20 o higit na taon, maaari mong pag-aralan ang mga katanungan lamang na minarkahan ng asterisk (*).

Pamahalaan ng Amerika

A: Mga Prinsipyo ng Demokrasyang Amerikano

1. Ano ang pinakamataas na batas ng bansa?

   - ang Konstitusyon

2. Ano ang Ginagawa ng Konstitusyon?

   - itinatatag ang pamahalaan
   - binibigyan ng kahulugan ang pamahalaan
   - nagpoprotekta sa mga basikong karapatan ng mga Amerikano

3. Ang ideya ng sariling-pamamahala ay nasa unang tatlong salita ng Konstitusyon. Ano ang mga salitang ito?

   - Tayong mga Tao

4. Ano ang isang susog?

   - isang pagbabago (sa Konstitusyon)
   - bilang karagdagan (sa Konstitusyon)

5. Ano ang tinatawag na unang sampung susog sa Kontistusyon?

   - ang Batas sa mga Karapatan

6. Ano ang isang karapatan o kalayaan mula sa Unang Susog?*

- pagsasalita
- relihiyon
- pagtitipon
- pamamahayag
- magpetisyon sa pamahalaan

7. Ilang susog mayroon ang Konstitusyon?

- dalawampu't-pito (27)

8. Ano ang ginagawa ng Deklarasyon ng Kalayaan?

- ipinahayag ang ating kalayaan (mula sa Great Britain) idineklara ang ating kalayaan (mula sa Great Britain) sinabi na ang Estados Unidos ay malaya (mula sa Great Britain)

9. Ano ang dalawang karapatan sa Deklarasyon sa Kalayaan?

- buhay
- kalayaan
- la paghahangad ng kaligayahan

10. Ano ang kalayaan sa relihiyon?

Maaari kang magpraktis ng anumang relihiyon, o hindi magpraktis ng relihiyon.

11. Ano ang sistema ng ekonomiya sa Estados Unidos?*

- kapitalistang ekonomiya
- ekonomiya ng pamiliha

12. Ano ang "pamamayani ng batas"?

- Ang bawat isa ay dapat sumunod ng batas.
- Ang mga lider ay dapat sumunod sa batas.
- Ang pamahalaan ay dapat sumunod sa batas.
- Walang hindi sakop ng batas.

B: Sistema ng Pamahalaan

13. Sabihin ang isang sangay o bahagi ng pamahalaan.*

- Kongreso
- pambatasan
- Pangulo
- ehekutibo
- mga korte
- panghukuman

14. Ano ang pumipigil sa isang sangay ng pamahalaan na maging masyadong makapangyarihan?

- mga pagsusuri at pagbalanse
- paghihiwalay ng mga kapangyarihan

15. Sino ang namamahala sa sangay na ehekutibo?

ang Pangulo

16. Sino ang gumagawa ng mga pederal na batas?

- Kongreso
- Senado at Kapulungan (ng mga Kinatawan)
- (Estados Unidos o pambansang) lehislatura

17. Ano ang dalawang bahagi ng Kongreso ng Estados Unidos?*

the Senado at Kapulungan (ng mga Kinatawan)

18. Ilang Senador ng Estados Unidos ay mayroon?

isang daan (100)

19. Inihahalal natin ang isang Senador ng Estados Unidos para sa ilang taon?

anim (6)

20. Sino ang isa sa mga Senador ng inyong estado ngayon?*

- Ang mga sagot ay magkakaiba. [Ang mga residente ng District of Columbia at mga residente ng mga teritoryo ng Estados Unidos ay dapat sumagot na ang D.C. (o ang teritoryo kung saan nakatira ang aplikante) ay walang mga Senador ng Estados *Unidos.]*

21. Ang Kapulungan ng mga Kinatawan ay may ilang bumobotong miyembro?

apat na raan tatlumpu't-lima (435)

22. Naghahalal tayo ng Kinatawan ng Estados Unidos para sa ilang taon?

dalawa (2)

23. Sabihin kung sino ang inyong Kinatawan ng Estados Unidos.

> - Ang mga sagot ay magkakaiba. [Ang mga residente ng mga teritoryong may mga hindi bumobotong Delegado o Residenteng Komisyoner ay maaaring magbigay ng pangalan ng Delegado o Komisyoner. Katanggap-tanggap din sa anumang pahayag na ang teritoryo ay walang (bumobotong) mga Kinatawan sa Kongreso.]

24. Sino ang kumakatawan ng Senador ng Estados Unidos?

> lahat ng mga tao ng estado

25. Bakit ang ilang estado ay may mas maraming Kinatawan kaysa ibang mga estado?

> - (dahil sa) populasyon ng estado
> - (dahil) maraming tao sa kanila
> - (dahil) mas maraming tao sa ilang estado

26. Naghahalal tayo ng Pangulo para sa ilang taon?
> apat (4)

27. Sa anong buwan tayo bumoboto para sa Pangulo?*

Nobyembre

28. Ano ang pangalan ng Pangulo ng Estados Unidos ngayon?*

- Barack Obama
- Obama

29. Ano ang pangalan ng Pangalawang Pangulo ng Estados Unidos ngayon?

- Joseph R. Biden, Jr.
- Joe Biden
- Biden

30. Kung ang Pangulo ay hindi na nakakapaglingkod, sino ang nagiging Pangulo?

ang Pangalawang Pangulo

31. Kung ang Pangulo at ang Pangalawang Pangulo ay hindi na nakakapaglingkod, sino ang nagiging Pangulo?

ang Ispiker ng Kapulungan

32. Sino ang Punong Kumander ng militar?

ang Pangulo

33. Sino ang pumipirma ng mga panukalang-batas upang maging mga batas?

ang Pangulo

34. Sino ang nagbebeto sa mga panukalang-batas?

ang Pangulo

35. Ano ang ginagawa ng Gabinete ng Pangulo?

nagpapayo sa Pangulo

36. Ano ang dalawang posisyon na nasa antas ng Gabinete?

- Pangalawang Pangulo
- Abugado Heneral
- Kalihim ng Paggawa
- Kalihim ng Estado
- Kalihim ng Depen
- Kalihim ng Transportasyon
- Kalihim ng Komersiyo
- Kalihim ng Tesorerya
- Kalihim ng Agrikultura
- Kalihim ng Edukasyon
- Kalihim ng Enerhiya
- Kalihim ng mga Palingkurang Pangkalusugan
        at Pantao
- Kalihim ng Kapanatagan ng Bansa (Homeland
        Security)
- Kalihim ng Pabahay at Pagpapaunlad ng
        Lunsod
- Kalihim ng Tesorerya
- Kalihim ng Interyor
- Kalihim ng mga Gawain ng mga Beterano

37. Ano ang ginagawa ng sangay na panghukuman?

- nirerepaso ang mga batas
- ipinaliliwanag ang mga batas
- nilulutas ang mga pagtatalo
        (hindi pagkakasundo)
- ipinapasiya kung ang isang batas ay labag sa
        Konstitusyon

38. Ano ang pinakamataas na hukuman sa Estados Unidos?

ang Korte Suprema

39. Ilan ang mga mahistrado sa Korte Supreme?

siyam (9)

40. Sino ang Punong Mahistrado ng Estados Unidos ngayon?

John Roberts (John G. Roberts, Jr.)

41. Sa ilalim ng ating Konstitusyo, ang ilang kapangyarihan ay nasa pederal na pamahalaan. Ano ang isang kapagyarihan ng pederal na pamahalaan?

- maglimbag ng pera
- magdeklara ng digmaan
- bumuo ng isang armi
- gumawa ng mga kasunduan

42. Sa ilalim ng ating Konstitusyon, ang ilang kapangyarihan ay nasa mga estado. Ano ang isang kapangyarihan ng mga estado?

- magkaloob ng pag-aaral at edukasyon
- magkaloob ng proteksiyon (pulisya)
- magkaloob ng kaligtasan
     (mga kagawaran ng bumbero)
- magbigay ng lisensiya para sa pagmamaneho
- magaproba ng pagsosona at paggamit ng lupa

43. Sino ang Gobernador na iyong estado ngayon?

Ang mga sagot ay magkakaiba.
[Ang mga residente ng District of Columbia ay dapat sumagot na ang D.C. ay walang Gobernador.]

44. Ano ang kapital ng iyong estado?*

Ang mga sagot ay magkakaiba. [Ang mga residente ng District of Columbia ay dapat sumagot na ang D.C. ay hindi isang estado at walang kapital. Ang mga residente ng mga teritoryo ng Estados Unidos ay dapat sabihin ang kapital ng teritoryo.]

45. Ano ang dalawang pangunahing partidong pampulitika sa Estados Unidos?*

Democratic at Republican

46. Ano ang partidong pampulitika ng Pangulo ngayon?

Democratic (Party)

47. Ano ang pangalan ng Ispiker ng Kapulungan ng mga Kinatawan?

(John) Boehner

C: Mga Karapatan at Responsibilidad

48. May apat na susog sa Konstitusyon tungkol sa kung sino ang makakaboto. Ilarawan ang isa sa mga ito.

Mga mamamayang labingwalong (18) taong gulang at mas matanda (ay makakaboto).Hindi mo kailangang magbayad (ng isang poll tax) upang makaboto. Sinumang mamamayan ay makakaboto. (Ang mga babae at mga lalaki ay makakaboto.) Isang lalaking mamamayan ng anumang lahi (ay makakaboto).

49. Ano ang isang responsibilidad na para lamang sa mga mamamayan ng Estados Unidos?*

- magsilbi sa isang hurado
- bumoto sa isang pederal na halalan

50. Sabihin ang isang karapatan na para lamang sa mga mamamayan ng Estados Unidos.

- bumoto sa isang pederal na halalan
- kumandidato para sa pederal na katungkulan

51. Ano ang dalawang karapatan ng bawat isang naninirahan sa Estados Unidos?

- kalayaang magpahayag
- kalayaang magsalita
- kalayaang magtipun-tipon
- kalayaang magpetisyon sa pamahalaan
- kalayaang sumamba
- karapatang magdala ng armas

52. Katapatan sa ano ang ipinapakita kapag sinasabi natin ang Pledge of Allegiance?

sa Estados Unidos; sa bandera

53. Ano ang isang pangako na ginagawa mo kapag ikaw ay naging mamamayan ng Estados Unidos?

- isuko ang katapatan sa ibang mga bansa
- ipagtanggol ang Konstitusyon at mga batas ng Estados Unidos
- sundin ang mga batas ng Estados Unidos
- maglingkod sa militar ng Estados Unidos (kung kailangan)
- maglingkod (gumawa ng mahalagang trabaho para sa bansa) kung kailangan
- maging matapat sa Estados Unidos

54. Ilang taon kailangan ang mga mamamayan upang makaboto para sa Pangulo?*

labingwalong (18) taong gulang at mas matanda

55. Ano ang dalawang paraan na ang mga Amerikano ay maaaring lumahok sa kanilang demokrasya?

- bumoto
- sumapi sa isang partidong pampulitika
- tumulong sa isang kampanya
- sumapi sa isang sibikong grupo
- sumapi sa isang grupong pangkomunidad
- bigyan ang isang inihalal na opisyal ng iyong opinyon sa isang isyu
- tawagan ang mga Senador at Kinatawan
- pampublikong suportahan o salungatin ang isang isyu o patakaran
- kumandidato para sa katungkulan
- sumulat sa isang pahayagan

56. Ano ang huling araw na maaari mong ipadala ang pederal na income tax forms?*

Abril 15

57. Kailangan dapat magparehistro ang lahat ng mga lalaki sa Selective Service?

- sa edad na labingwalo (18)
- sa pagitan ng labingwalo (18) at dalawamp't-
    anim (26)

Selective Service (U.S. Military)

Kasaysayan ng Amerika

A: Panahong Kolonyal at Kalayaan

58. Ano ang isang dahilan kung bakit pumunta sa Amerika ang mga colonist?

- kalayaan
- kalayaang pampulitika
- kalayaan sa relihiyon
- pagkakataong pangkabuhayan
- ipraktis ang kanilang relihiyon
- tumakas sa pag-uusig

59. Sino ang nanirahan sa Amerika bago dumating ang mga Europeo?

- mga Amerikanong Indiyan
- mga Katutubong Amerikano

60. Anong grupo ng mga tao ang dinala sa Amerika at ipinagbili bilang mga alipin?

- mga Aprikano
- mga tao mula sa Aprika

61. Bakit nilabanan ng mga colonist ang British?

- dahil sa mga matataas na buwis (pagbubuwis nang walang pagkatawan)
- dahil ang armi ng British ay tumigil sa kanilang mga bahay (kumakain, naninirahan)
- dahil wala silang sariling pamahalaan

62. Sino ang sumulat ng Deklarasyon ng Kalayaan?

(Thomas) Jefferson

63. Kailan ipinagtibay ang Deklarasyon ng Kalayaan?

Hulyo 4, 1776

64. May 13 orihinal na estado. Magsabi ng tatlo.

Connecticut New York
Delaware   North Carolina
Georgia   Pennsylvania
Massachusetts Rhode Island
Maryland   South Carolina
New Hampshire Virginia
New Jersey

65. Ano ang nangyari sa Kombensiyon para sa Konstitusyon?

- ang Konstitusyon ay isinulat.
- Isinulat ng mga Tagapagtatag na Ama ang Konstitusyon.

66. Kailan isinulat ang Konstitusyon?

1787

67. Ang mga Pederalistang Papel ay sumuporta sa pagpasa ng Konstitusyon. Tukuyin ang isa sa mga sumulat.

- (James) Madison
- (Alexander) Hamilton
- (John) Jay
- Publius

68. Ano ang isang bagay na sikat si Benjamin Franklin?

- diplomat ng Estados Unidos
- pinakamatandang miyembro ng Kombensiyon para sa Konstitusyon
- unang Postmaster General ng Estados Unidos
- sumulat ng "Poor Richard's Almanac"
- sinimulan ang mga unang libreng aklatan

69. Sino ang "Ama ng Ating Bansa"?

(George) Washington

George Washington

70. Sino ang unang Pangulo?*

(George) Washington

B: Mga Taon ng 1800

71. Anong teritoryo ang binili ng Estados Unidos mula sa France noong 1803?

- ang Louisiana Territory
- Louisiana

72. Magsabi ng isang digmaan na nakipaglaban ang Estados Unidos noong mga taon ng 1800.

- Digmaan ng 1812
- Digmaang Meksikano-Amerikano
- Digmaang Sibil
- Digmang Espanyol-Amerikano

73. Tukuyin ang digmaan ng Estados sa pagitan ng Hilaga at Timog.

- ang Digmaang Sibil
- ang Digmaan sa pagitan ng mga Estado

74. Sabihin ang isang problema na humantong sa Digmaang Sibil.

- pang-aalipin
- mga dahilang pangkabuhayan
- mga karapatan ng estado

75. Ano ang isang mahalagang bagay na ginawa ni Abraham Lincoln?*

- pinalaya ang mga alipin (Proklamasyon ng Paglaya)
- iniligtas(o pinangalagaan) ang Union
- pinamunuan ang Estados Unidos sa Digmaang Sibil

Abraham Lincoln

76. Ano ang ginawa ng Proklamasyon ng Paglaya?

- pinalaya ang mga alipin
- pinalaya ang mga alipin sa Confederacy
- pinalaya ang mga alipin sa mga estadong Confederate
- pinalaya ang alipin sa karamihan ng mga estado sa Timog

77. Ano ang ginawa ni Susan B. Anthony?

- nakipaglaban para sa mga karapatan ng mga babae
- nakipaglaban para sa mga karapatang sibil

138

C: Huling Kasaysayan ng Amerika at Ibang Mahalagang Impormasyong Pangkasaysayan

78. Sabihin ang isang digmaan na nakipaglaban ang Estados Unidos noong 1900s.*

- Unang Digmaang Pandaigdig
- Ikalawang Digmaang Pandaigdig
- Digmaan sa Korea
- Digmaan sa Vietnam
- Digmaan sa (Persian) Gulf

79. Sino ang Pangulo noong Unang Digmaang Pandaigdig?

(Woodrow) Wilson

80. Sino ang Pangulo sa panahon ng Great Depression at Ikalawang Digmaang Pandaigdig?

(Franklin) Roosevelt

81. Sino ang nakalaban ng Estados Unidos noong Ikalawang Digmaang Pandaigdig?

Japan, Germany, at Italy

82. Bago siya naging Pangulo, si Eisenhower ay isang heneral. Sa anong digmaan siya nakipaglaban?

Ikalawang Digmaang Pandaigdig

83. Sa panahon ng Cold War, ano ang pangunahing inaalala ng Estados Unidos?

Komunismo

84. Anong kilusan ang nagtangkang tapusin ang diskriminasyon sa lahi?

mga karapatang sibil (kilusan)

85. Ano ang ginawa ni Martin Luther King, Jr.?*

- nakipaglaban para sa mga karapatang sibil
- kumilos para sa pagkakapantay-pantay para sa lahat ng mga Amerikano

86. Anong malaking pangyayari ang nangyari noong Setyembre 11, 2001, sa Estados Unidos?

Inatake ng mga terorista ang Estados Unidos.

87. Magsabi ng isang tribo ng Amerikanong Indiyan sa Estados Unidos.

[Ang mga Opisyal USCIS ay bibigyan ng isang listahan ng mga tribo ng Amerikanong Indiyan na kinikilala ng pederal na pamahalaan.]

Apache	Inuit
Arawak	Iroquois
Blackfeet	Lakota
Cherokee	Mohegan
Cheyenne	Navajo
Chippewa	Oneida
Choctaw	Pueblo
Creek	Seminole
Crow	Shawnee
Hopi	Sioux
Huron	Teton

Pinagsamang Sibika

A: Heograpiya

88. Magsabi ng isa sa dalawang pinakamahabang ilog sa Estados Unidos.

- Missouri (River)
- Mississippi (River)

89. Anong karagatan ang nasa West Coast ng Estados Unidos?

Pacific (Ocean)

90. Anong karagatan ang nasa East Coast ng Estados Unidos?

Atlantic (Ocean)

91. Magsabi ng isang teritoryo ng Estados Unidos.

- Puerto Rico
- U.S. Virgin Islands
- American Samoa
- Northern Mariana Islands
- Guam

92. Magsabi ng isang estado na naghahangga sa Canada.

Alaska	New York
Idaho	North Dakota
Maine	Ohio
Michigan	Pennsylvania
Minnesota	Vermont
Montana	Washington
New Hampshire	

93. Magsabi ng isang estado na naghahangga sa Mexico.

- Arizona
- California
- New Mexico
- Texas

94. Ano ang kapital ng Estados Unidos?*

Washington, D.C.

95. Nasaan ang Istatwa ng Kalayaan?*

- New York (Harbor)
- Liberty Island
[Tinatanggap din ang New Jersey, malapit sa New York City, at nasa Hudson (River).]

B: Mga Simbolo

96. Bakit may 13 guhit ang bandera?

- dahil may 13 orihinal na colony
- dahil ang mga guhit ay kumakatawan sa mga orihinal na colony

97. Bakit may 50 bituin ang bandera?*

- dahil may isang bituin para sa bawat estado
- dahil ang bawat bituin ay kumakatawan sa isang estado
- dahil may 50 estado

98. Ano ang tawag sa pambansang awit?

The Star-Spangled Banner

C: Mga Piyesta Opisyal

99. Kailan tayo nagdiriwang ng Araw ng Kalayaan?*

Hulyo 4

100. Magsabi ng dalawang pambansang Piyesta Opisyal ng Estados Unidos.

- Bagong Taon
- Kaarawan ni Martin Luther King, Jr.
- Presidents' Day
- Memorial Day
- Araw ng Kalayaan
- Araw ng Manggagawa
- Columbus Day
- Araw ng mga Beterano
- Araw ng Pasasalamat
- Pasko

65/20

Kung ikaw ay 65 taong gulang o mas matanda

65/20

*Kung ikaw ay 65 taong gulang o mas matanda at naging legal na permanenteng residente ng Estados Unidos ng 20 o higit na taon, maaari mong pag-aralan ang mga katanungan lamang na minarkahan ng asterisk.

*6, 11, 13, 17, 20, 27, 28, 44, 45, 49, 54, 56, 70, 75, 78, 85, 94, 95, 97, 99

Pamahalaan ng Amerika

A: Mga Prinsipyo ng Demokrasyang Amerikano

6. Ano ang isang karapatan o kalayaan mula sa Unang Susog?*

- pagsasalita
- relihiyon
- pagtitipon
- pamamahayag
- magpetisyon sa pamahalaan

11. Ano ang sistema ng ekonomiya sa Estados Unidos?*

- kapitalistang ekonomiya
- ekonomiya ng pamiliha

B: Sistema ng Pamahalaan

13. Sabihin ang isang sangay o bahagi ng pamahalaan.*

- Kongreso
- pambatasan
- Pangulo
- ehekutibo
- mga korte
- panghukuman

17. Ano ang dalawang bahagi ng Kongreso ng Estados Unidos?*

the Senado at Kapulungan (ng mga Kinatawan)

20. Sino ang isa sa mga Senador ng inyong estado ngayon?*

Ang mga sagot ay magkakaiba. [Ang mga residente ng District of Columbia at mga residente ng mga teritoryo ng Estados Unidos ay dapat sumagot na ang D.C. (o ang teritoryo kung saan nakatira ang aplikante) ay walang mga Senador ng Estados Unidos.]

27. Sa anong buwan tayo bumoboto para sa Pangulo?*

Nobyembre

28. Ano ang pangalan ng Pangulo ng Estados Unidos ngayon?*

- Barack Obama
- Obama

45. Ano ang dalawang pangunahing partidong pampulitika sa Estados Unidos?*

Democratic at Republican

C: Mga Karapatan at Responsibilidad

49. Ano ang isang responsibilidad na para lamang sa mga mamamayan ng Estados Unidos?*

- magsilbi sa isang hurado
- bumoto sa isang pederal na halalan

54. Ilang taon kailangan ang mga mamamayan upang makaboto para sa Pangulo?*

-labingwalong (18) taong gulang at mas matanda

56. Ano ang huling araw na maaari mong ipadala ang pederal na income tax forms?*

Abril 15

57. Kailangan dapat magparehistro ang lahat ng mga lalaki sa Selective Service?

- sa edad na labingwalo (18)
- sa pagitan ng labingwalo (18) at dalawamp't-anim (26)

Kasaysayan ng Amerika

A: Panahong Kolonyal at Kalayaan

70. Sino ang unang Pangulo?*

(George) Washington

B: Mga Taon ng 1800

75. Ano ang isang mahalagang bagay na ginawa ni Abraham Lincoln?*

- pinalaya ang mga alipin (Proklamasyon ng Paglaya)111
- iniligtas(o pinangalagaan) ang Union
- pinamunuan ang Estados Unidos sa Digmaang Sibil

150

C: Huling Kasaysayan ng Amerika at Ibang Mahalagang Impormasyong Pangkasaysayan

78. Sabihin ang isang digmaan na nakipaglaban ang Estados Unidos noong 1900s.*

- Unang Digmaang Pandaigdig
- Ikalawang Digmaang Pandaigdig
- Digmaan sa Korea
- Digmaan sa Vietnam
- Digmaan sa (Persian) Gulf

85. Ano ang ginawa ni Martin Luther King, Jr.?*

- nakipaglaban para sa mga karapatang sibil
- kumilos para sa pagkakapantay-pantay para sa lahat ng mga Amerikano

Pinagsamang Sibika

A: Heograpiya

94. Ano ang kapital ng Estados Unidos?*

Washington, D.C.

95. Nasaan ang Istatwa ng Kalayaan?*

- New York (Harbor)
- Liberty Island

[Tinatanggap din ang New Jersey, malapit sa New York City, at nasa Hudson (River).]

B: Mga Simbolo

97. Bakit may 50 bituin ang bandera?*

- dahil may isang bituin para sa bawat estado
- dahil ang bawat bituin ay kumakatawan sa isang estado
- dahil may 50 estado

99. Kailan tayo nagdiriwang ng Araw ng Kalayaan?*

Hulyo 4

5
100 Câu hỏi và câu trả lời để chuẩn

Tiếng Việt
Vietnamese

Lời nói đầu
(USCIS)

100 câu hỏi về công dân (lịch sử và tổ chức công quyền) cùng các giải đáp cho trắc nghiệm nhập tịch (Mới) được tái soạn thảo ghi dưới đây. Các ứng viên nạp Đơn Xin Nhập Tịch, Mẫu N-400 từ ngày 1 Tháng Mười 2008 về sau cần đọc kỹ bảng câu hỏi này. Trắc nghiệm công dân được hỏi miệng và giám khảo của Cơ Quan Quốc Tịch Và Di Trú (USCIS) sẽ hỏi ứng viên nhập tịch tới 10 trong số 100 câu. Ứng viên phải trả lời đúng 6 trên 10 câu hỏi để được đậu phần nhập tịch này.

Mặc dù USCIS biết là có thể có những câu trả lời đúng khác, ngoài 100 câu trả lời mẫu, tuy vậy các ứng viên được khuyến khích trả lời các câu hỏi theo như các câu trả lời mẫu đã cho.

* Nếu bạn 65 tuổi hoặc hơn và đã là thường-trú-nhân tại Hoa Kỳ được 20 năm hay hơn, bạn có thể chỉ cần học các câu hỏi có dấu hình sao (*) mà thôi.

6, 11, 13, 17, 20, 27, 28, 44, 45, 48, 49, 54, 56, 70, 75, 78, 85, 94, 97, 99

100 Câu hỏi và câu trả lời để chuẩn bị cho kỳ thi quốc tịch Mỹ

A: Các nguyên tắc của dân chủ hoa Kỳ

1. **Luật cao nhất của quốc gia là gì?**

   • Hiến Pháp

2. **Hiến Pháp có mục đích gì?**

   • thiết lập chánh phủ
   • mô tả tổ chức chánh phủ
   • bảo vệ các quyền căn bản của người dân Hoa Kỳ

3. **Ý tưởng tự quản trị nằm trong ba chữ đầu tiên của Hiến Pháp. Các chữ này là những chữ nào?**

   • Chúng tôi người dân (We the People)

4. **Tu chính án là gì?**

   • một sự thay đổi (trong Hiến Pháp)
   • một sự thêm (vào Hiến Pháp)

5. Ta gọi mười tu chính đầu tiên vào Hiến Pháp là gì?

- Luật Dân Quyền

6. Kể ra <u>Một</u> quyền hoặc một tự do trong Tu Chính Án Đầu Tiên (First Amendment)?*

- tự do ngôn luận
- tự do tôn giáo
- tự do hội họp
- tự do báo chí
- tự do thỉnh nguyện chánh phủ

7. Hiến Pháp có bao nhiêu tu chính án?

- hai mươi bảy (27)

8. Bản Tuyên Ngôn Độc Lập có ý nghĩa gì?

- thông báo nền độc lập của chúng ta (khỏi Anh Quốc)
- tuyên cáo nền độc lập của chúng ta (khỏi Anh Quốc)
- cho biết Hoa Kỳ đã tự do (khỏi Anh Quốc)

9. Kể ra <u>Hai</u> quyền trong bản Bản Tuyên Ngôn Độc Lập?

- quyền sống
- quyền tự do
- quyền theo đuổi hạnh phúc

10. Tự do tôn giáo là gì?

- Bạn có thể theo bất cứ tôn giáo nào, hoặc không theo tôn giáo nào.

11. Hệ thống kinh tế của Hoa Kỳ gọi là gì?*

- kinh tế tư bản
- kinh tế thị trường

12. "Thượng tôn luật pháp" là gì?

- Mọi người đều phải tuân theo luật pháp.
- Cả các người lãnh đạo đều phải tuân theo luật pháp.

B: Hệ Thống Công Quyền

13. **Cho biết <u>một</u> ngành hay phần của công quyền.***

   - Quốc Hội
   - lập pháp
   - Tổng Thống
   - hành pháp
   - các tòa án
   - tư pháp

14. **Cách nào ngăn cản <u>một</u> ngành công quyền trở thành quá mạnh?**

   - kiểm soát lẫn nhau
   - phân quyền

15. **Ai phụ trách hành pháp?**

   - Tổng Thống

16. **Ai làm luật liên bang?**

   - Quốc Hội
   - Thượng và Hạ Nghị Viện
   - Ngành Lập Pháp (của Liên Bang hay Quốc Gia)

17. <u>Hai</u> phần của Quốc Hội Hoa Kỳ là gì?*

- Thượng và Hạ Nghị Viện

18. Có bao nhiêu Thượng Nghị Sĩ Liên Bang?

- một trăm (100)

19. Chúng ta bầu Thượng Nghị Sĩ cho bao nhiêu năm?

- sáu (6)

20. Ai là <u>một</u> trong những Thượng Nghị Sĩ Liên Bang của bạn?*

- Câu trả lời thay đổi tùy tiểu bang. [Cư dân ở thủ đô Washington, D.C. và cư dân ở các lãnh thổ Hoa Kỳ trả lời là DC hoặc lãnh thổ mình ở không có thượng-nghị-sĩ.]

21. Hạ-Nghị-Viện có bao nhiêu dân biểu?

- bốn trăm ba mươi lăm (435)

22. Chúng ta bầu dân biểu cho mấy năm?

- hai năm (2)

23. Cho biết tên dân biểu của bạn.

▪ Câu trả lời sẽ thay đổi tùy nơi. [Cư dân ở các nơi có Đại Biểu "không có quyền biểu quyết" hoặc Đại Biểu Thường Trú có thể nói tên người đó. Cũng có thể trả lời là vùng đó không có đại diện có quyền biểu quyết tại Quốc Hội.]

24. Thượng-nghị-sĩ đại diện ai?

▪ Tất cả người dân trong tiểu bang

25. Tại sao có những tiểu bang có nhiều đại biểu hơn các tiểu bang khác?

▪ (Vì) dân số tiểu bang đó
▪ (Vì) tiểu bang đó đông dân hơn
▪ (Vì) một số tiểu bang đông dân hơn tiểu bang khác

26. Nhiệm kỳ Tổng Thống là mấy năm?

▪ Bốn (4) năm

27. Bầu Tổng Thống vào tháng nào?*

▪ Tháng Mười Một

28. Hiện nay tên Tổng Thống Hoa Kỳ là gì?*

- Barack Obama
- Obama

29. Hiện nay tên Phó Tổng Thống Hoa Kỳ là gì?

- Joseph R. Biden, Jr.
- Joe Biden
- Biden

30. Nếu Tổng Thống không còn làm việc được nữa, ai sẽ thay thế làm Tổng Thống?

- Phó Tổng Thống

31. Nếu cả Tổng Thống và Phó Tổng Thống không còn làm việc được nữa, ai sẽ thay thế?

- Chủ Tịch Hạ Nghị Viện

32. Ai là Tổng Tư Lệnh quân đội?

- Tổng Thống

33. Ai sẽ ký dự thảo luật thành luật?

- Tổng Thống

34. Ai có quyền phủ quyết các dự luật?

- Tổng Thống

35. Nội các của Tổng Thống làm gì?

- Cố vấn cho Tổng Thống

36. Kể ra **Hai** chức vụ trong hàng nội các.

- Bộ Trưởng Tư Pháp
- Phó Tổng Thống
- Bộ Trưởng Canh Nông
- Bộ Trưởng Thương Mại
- Bộ Trưởng Quốc Phòng
- Bộ Trưởng Giáo Dục
- Bộ Trưởng Năng Lượng
- Bộ Trưởng Y Tế và Phục Vụ Nhân Sinh
- Bộ Trưởng Nội An
- Bộ Trưởng Gia Cư và Phát Triển Đô Thị
- Bộ Trưởng Nội Vụ
- Bộ Trưởng Lao Động
- Bộ Trưởng Ngoại Giao
- Bộ Trưởng Giao Thông
- Bộ Trưởng Ngân Khố hay Tài Chính
- Bộ Trưởng Cựu Chiến Binh

37. Ngành tư pháp làm gì?

- duyệt lại luật lệ
- cắt nghĩa luật lệ
- giải quyết tranh cãi (bất hòa)
- quyết định xem luật có đi ngược lại hiến pháp không

38. Tòa án cao nhất ở Hoa Kỳ là gì?

- Tối Cao Pháp Viện

39. Có bao nhiêu thẩm phán ở Tối Cao Pháp Viện?

- Chín (9)

40. Ai đang là Chủ Tịch Tối Cao Pháp Viện?

- John Roberts (John G. Roberts, Jr.)

41. Theo Hiến Pháp, chánh phủ liên bang có một số quyền. <u>Một</u> trong các quyền của chánh phủ liên bang là?

- in tiền
- tuyên chiến
- lập quân đội
- ký các hòa ước

42. Theo Hiến Pháp, các tiểu bang có một số quyền. <u>Một</u> trong những quyền này là gì?

- cung cấp trường học và giáo dục
- bảo vệ dân chúng (cảnh sát)
- bảo vệ an toàn (các sở cứu hỏa)
- cấp bằng lái xe
- chia vùng và chấp thuận cách xử dụng đất đai

43. Thống Đốc tiểu bang của bạn tên gì?

- Câu trả lời tùy tiểu bang. [Cư dân vùng thủ đô Washington, D.C. phải trả lời là vùng thủ đô DC không có Thống Đốc.]

44. Thủ phủ của tiểu bang bạn tên gì?*

- Câu trả lời tùy theo tiểu bang. [Cư dân vùng thủ đô Washington, D.C. phải trả lời là vùng DC không phải là một tiểu bang và không có thủ phủ. Cư dân các lãnh thổ hải ngoại của Hoa Kỳ phải cho biết thủ phủ của vùng lãnh thổ hải ngoại này.]

45. Hai đảng <u>chính</u> của Hoa Kỳ là gì?*

- Dân Chủ và Cộng Hòa

46. Đảng của Tổng Thống hiện tại là đảng nào?

- Đảng Dân Chủ

47. Chủ Tịch Hạ Viện hiện thời tên gì?

- (John) Boehner

C: Quyền Hạn và Bổn Phận

48. Có bốn tu chính án Hiến Pháp về việc ai có quyền bầu cử. Kể ra Một trong các thứ đó.

- Công dân mười tám (18) tuổi và hơn (được đi bầu).
- Không phải trả (thuế bầu cử) để được bầu.
- Bất cứ công dân nào cũng được bầu (phụ nữ và nam giới đều được bầu).
- Nam giới của bất cứ chủng tộc nào (cũng đều được bầu).

49. Một trong các bổn phận chỉ dành riêng cho công dân Hoa Kỳ là gì?*

- phục vụ trong bồi thẩm đoàn
- đi bầu trong bầu cử liên bang

50. Cho biết một quyền của riêng công dân Hoa Kỳ.

- tham gia bầu cử cấp liên bang
- ứng cử chức vụ liên bang

51. Cho biết <u>hai</u> quyền của mỗi người sống ở Hoa Kỳ?

- tự do phát biểu ý kiến
- tự do ngôn luận
- tự do hội họp
- tự do thỉnh nguyện chính quyền
- tự do thờ phượng
- quyền mang vũ khí tự vệ

52. Khi nói Lời Tuyên Thệ Trung Thành (Pledge of Allegiance), chúng ta chứng tỏ sự trung thành với cái gì?

- Hoa Kỳ
- Lá cờ

53. Khi trở thành công dân Hoa Kỳ, <u>một</u> trong những lời hứa của bạn là gì?

- từ bỏ sự trung thành với các quốc gia khác
- bảo vệ Hiến Pháp và luật lệ Hoa Kỳ
- tuân hành luật lệ của Hoa Kỳ
- phục vụ trong quân đội Hoa Kỳ (nếu cần)
- phục vụ (công việc quan trọng cho) Hoa Kỳ (nếu cần)
- trung thành với quốc gia Hoa Kỳ

54. Công dân phải bao nhiêu tuổi mới được bầu Tổng Thống?*

- Mười Tám (18) và hơn

55. Có <u>hai</u> cách công dân Hoa Kỳ có thể tham dự vào nền dân chủ là các cách nào?

- bầu cử
- tham gia một đảng phái chính trị
- tham dự vào một cuộc vận động tranh cử
- tham dự vào một nhóm hoạt động công dân
- tham dự vào một nhóm hoạt động cộng đồng
- phát biểu ý kiến về một vấn đề với một vị dân cử
- gọi điện thoại cho nghị sĩ và dân biểu
- công khai ủng hộ hoặc phản đối một vấn đề hay chính sách nào đó
- tranh cử
- góp ý kiến trên một tờ báo

56. Ngày cuối cùng có thể nạp mẫu khai   thuế cho liên bang là?*

- 15 Tháng Tư

57. Khi nào tất cả nam giới phải ghi tên cho Sở Quân Vụ (Selective Service)?

- ở tuổi mười tám (18)
- ở giữa tuổi mười tám (18) và hai mươi sáu (26)

LỊCH SỬ HOA KỲ

A: Thời kỳ Thuộc Địa và Độc Lập

58. Một trong những lý do khiến người di dân thời thuộc địa tới Mỹ Châu là gì?

- tự do
- tự do chính trị
- tự do tôn giáo
- cơ hội kinh tế
- hành xử tôn giáo của mình
- tránh sự áp bức

59. Những ai sống tại Mỹ trước khi người Âu Châu tới?

- người da đỏ Mỹ Châu
- thổ dân Mỹ Châu

60. Nhóm người nào được mang tới Mỹ Châu và bán làm nô lệ?

- người Phi Châu
- người từ Phi Châu

61. Tại sao những người di dân thời thuộc địa chống lại người Anh?

- vì thuế má cao quá (phải đóng thuế mà không có người đại diện)

- vì quân đội Anh đồn trú trong nhà của họ (ở trọ, làm trại binh)

- vì người di dân thời thuộc địa không có chính quyền tự quản

62. Ai viết Bản Tuyên Ngôn Độc Lập?

- (Thomas) Jefferson

63. Bản Tuyên Ngôn Độc Lập được chấp nhận lúc nào?

- 4 Tháng Bảy 1776

64. Có 13 tiểu bang nguyên thủy. Cho biết <u>ba</u> tiểu bang.

- Connecticut
- Delaware
- Georgia
- Maryland
- Massachusetts
- New Hampshire
- New Jersey
- New York
- North Carolina
- Pennsylvania
- Rhode Island
- South Carolina
- Virginia

65. Việc gì xảy ra tại Đại Hội Lập Hiến (Constitutional Convention)?

- Soạn thảo Hiến Pháp.
- Các nhà lập quốc soạn thảo Hiến Pháp

.

66. Hiến Pháp được soạn thảo khi nào?

- 1787

67. Các bài tham luận gọi là Federalist Papers có mục đích hỗ trợ việc thông qua Hiến Pháp Hoa Kỳ. Kể tên <u>một</u> trong những người viết tham luận.

- (James) Madison
- (Alexander) Hamilton
- (John) Jay
- Publius

68. <u>Một</u> việc gì làm Benjamin Franklin nổi tiếng?

- nhà ngoại giao Hoa Kỳ
- thành viên già nhất của Đại Hội Lập Hiến
- Tổng Giám Đốc Bưu Điện đầu tiên của Hoa Kỳ
- người viết cuốn lịch "Poor Richard's Almanac"
- khởi công xây các thư viện miễn phí đầu tiên của Hoa Kỳ

69. Ai được gọi là cha đẻ của nước Mỹ?

- (George) Washington

70. Ai là Tổng Thống đầu tiên?*

- (George) Washington

B: Thời Kỳ 1800

71. Hoa Kỳ mua lãnh thổ nào của Pháp vào năm 1803?

- Lãnh Thổ Louisiana
- Louisiana

72. Nói tên <u>một</u> trong những cuộc chiến Hoa Kỳ tham dự thời 1800.

- Chiến tranh 1812
- Chiến tranh Hoa Kỳ-Mễ-Tây-Cơ (Mexico)
- Nội chiến
- Chiến tranh Hoa Kỳ-Tây-Ban-Nha

73. Tên gọi của cuộc chiến trên đất Hoa Kỳ giữa miền Bắc và miền Nam là gì.

- Nội chiến
- Chiến tranh giữa các Tiểu Bang

74. Cho biết <u>một</u> vấn đề đưa tới cuộc nội chiến.

- vấn đề nô lệ
- các vấn đề kinh tế
- quyền của các tiểu bang

75. Một điều quan trọng mà Abraham Lincoln làm là gì?*

- giải phóng nô lệ (Tuyên Ngôn Giải Phóng)
- giữ gìn (hoặc bảo tồn) đoàn kết Quốc Gia
- lãnh đạo Hoa Kỳ trong Cuộc Nội Chiến

76. Tuyên Ngôn Giải Phóng làm gì?

- giải phóng nô lệ
- giải phóng nô lệ thuộc tập hợp (nhóm) các tiểu bang ly khai miền Nam
- giải phóng nô lệ ở các tiểu bang miền Nam
- giải phóng nô lệ ở đa số các tiểu bang miền Nam

77. Bà Susan B. Anthony làm gì?
- tranh đấu cho quyền phụ nữ
- tranh đấu cho dân quyền

C: Lịch Sử Cận Đại Hoa Kỳ và Các Thông Tin Lịch Sử Quan Trọng Khác

78. Cho biết một cuộc chiến mà Hoa Kỳ tham dự vào thập niên 1900.*
- Thế Chiến Thứ Nhất
- Thế Chiến Thứ Hai
- Chiến Tranh Cao Ly (Triều Tiên)
- Chiến Tranh Việt Nam
- Chiến tranh Vùng Vịnh (Ba Tư)

79. Ai là Tổng Thống trong Thế Chiến Thứ Nhất?

- (Woodrow) Wilson

80. Ai là Tổng Thống trong thời kỳ Khủng Hoảng Kinh Tế và Thế Chiến Thứ Hai?

- (Franklin) Roosevelt

81. Trong Thế Chiến Thứ Hai, Hoa Kỳ chiến đấu chống các nước nào?

- Nhật Bản, Đức và Ý

82. Trước khi trở thành Tổng Thống, Eisenhower là tướng lãnh. Ông ta đánh trận nào?

- Thế Chiến Thứ Hai

83. Trong thời kỳ Chiến Tranh Lạnh, quan tâm chính của Hoa Kỳ là gì?

- Chủ Nghĩa Cộng Sản

84. Phong trào nào tìm cách chấm dứt sự phân biệt chủng tộc?

- (phong trào) dân quyền

85. Martin Luther King, Jr. đã làm gì?*

- tranh đấu cho dân quyền
- hoạt động nhằm mang lại bình đẳng cho mọi người Mỹ

86. Biến cố lớn lao nào xảy ra vào ngày 11 tháng 9 năm 2001 tại Hoa Kỳ?

- Bọn khủng bố tấn công Hoa Kỳ.

87. Kể tên <u>một</u> bộ lạc da đỏ tại Mỹ.

[Phỏng vấn viên USCIS sẽ được cung cấp một danh sách các bộ lạc da đỏ được liên bang công nhận.]

Apache	Inuit
Arawak	Iroquois
Blackfeet	Lakota
Cherokee	Mohegan
Cheyenne	Navajo
Chippewa	Oneida
Choctaw	Pueblo
Creek	Seminole
Crow	Shawnee
Hopi	Sioux
Huron	Teton

TỔNG HỢP VỀ KIẾN THỨC CÔNG DÂN

A: Địa Dư

88. Cho biết <u>một</u> trong hai con sông dài nhất ở Hoa Kỳ.

- (Sông) Missouri
- (Sông) Mississippi

89. Biển nào ở bờ biển phía Tây Hoa Kỳ?

- Thái-Bình-Dương

90. Biển nào ở bờ biển phía Đông Hoa Kỳ?

- Đại-Tây-Dương

91. Cho biết <u>một</u> lãnh thổ hải ngoại của Hoa Kỳ.

- Puerto Rico
- Quần Đảo Virgin
- Đảo Samoa
- Quần Đảo Bắc Mariana
- Đảo Guam

92. Cho biết <u>một</u> trong những tiểu bang ráp ranh Gia-Nã-Đại.

- Alaska
- Idaho
- Maine
- Michigan
- Minnesota
- Montana
- New Hampshire
- New York
- North Dakota
- Ohio
- Pennsylvania
- Vermont
- Washington

93. Cho biết <u>một</u> trong những tiểu bang ráp ranh Mễ-Tây-Cơ.

- Arizona
- California
- New Mexico
- Texas

94. Thủ đô của Hoa Kỳ tên gì?*

- Washington, D.C.

95. Tượng Nữ Thần Tự Do ở đâu?*

▪ (Hải Cảng) Nữu Ước
▪ Đảo Liberty
[Cũng chấp nhận nếu trả lời là New Jersey, gần
thành phố New York và trên sông Hudson.]

B: Các Biểu Tượng

96. Tại sao lá cờ Hoa Kỳ có 13 lằn gạch?

▪ bởi vì đã có 13 thuộc địa nguyên thủy
▪ bởi vì các lằn này tượng trưng cho 13 thuộc
địa nguyên thủy

97. Tại sao lá cờ Hoa Kỳ có 50 ngôi sao?*

▪ bởi vì mỗi tiểu bang có một ngôi sao
▪ bởi vì mỗi ngôi sao tượng trưng cho một tiểu
bang
▪ bởi vì có 50 tiểu bang

98. Tựa của bài quốc ca Hoa Kỳ là gì?

▪ The Star-Spangled Banner

180

C: Các Ngày Lễ

99. Ngày nào là ngày Lễ Độc Lập?*

- 4 Tháng Bẩy

100. Cho biết hai ngày lễ quốc gia của Hoa Kỳ.

- Tết Tây

- Ngày Sinh của Martin Luther King, Jr.

- Ngày Các Tổng Thống

- Lễ Chiến Sĩ Trận Vong (Memorial Day)

- Lễ Độc Lập (Independence Day)

- Lễ Lao Động (Labor Day)

- Ngày Tưởng Niệm Columbus

- Ngày Cựu Chiến Binh (Veterans Day)

- Lễ Tạ Ơn (Thanksgiving)

- Lễ Giáng Sinh

65/20

Câu hỏi cho những người 65 tuổi trở lên

Câu hỏi cho những người 65 tuổi trở lên

"65/20"

* Nếu bạn 65 tuổi hoặc hơn và đã là thường-trú-nhân tại Hoa Kỳ được 20 năm hay hơn, bạn có thể chỉ cần học các câu hỏi có dấu hình sao (*) mà thôi.

*6, 11, 13, 17, 20, 27, 28, 44, 45, 48, 49, 54, 56, 70, 75, 78, 85, 94, 97, 99

CÔNG QUYỀN HOA KỲ

6. Kể ra <u>Một</u> quyền hoặc một tự do trong Tu Chính Án Đầu Tiên (First Amendment)?*

   - tự do ngôn luận
   - tự do tôn giáo
   - tự do hội họp
   - tự do báo chí
   - tự do thỉnh nguyện chánh phủ

11. Hệ thống kinh tế của Hoa Kỳ gọi là gì?*

   - kinh tế tư bản
   - kinh tế thị trường

13. Cho biết một ngành hay phần của công quyền.*

- Quốc Hội
- lập pháp
- Tổng Thống
- hành pháp
- các tòa án
- tư pháp

17. Hai phần của Quốc Hội Hoa Kỳ là gì?*

- Thượng và Hạ Nghị Viện

20. Ai là một trong những Thượng Nghị Sĩ Liên Bang của bạn?*

- Câu trả lời thay đổi tùy tiểu bang. [Cư dân ở thủ đô Washington, D.C. và cư dân ở các lãnh thổ Hoa Kỳ trả lời là DC hoặc lãnh thổ mình ở không có thượng-nghị-sĩ.]

27. Bầu Tổng Thống vào tháng nào?*

- Tháng Mười Một

28. Hiện nay tên Tổng Thống Hoa Kỳ là gì?*

- Barack Obama
- Obama

44. Thủ phủ của tiểu bang bạn tên gì?*

• Câu trả lời tùy theo tiểu bang. [Cư dân vùng thủ đô Washington, D.C. phải trả lời là vùng DC không phải là một tiểu bang và không có thủ phủ. Cư dân các lãnh thổ hải ngoại của Hoa Kỳ phải cho biết thủ phủ của vùng lãnh thổ hải ngoại này.]

45. Hai đảng chính của Hoa Kỳ là gì?*

- Dân Chủ và Cộng Hòa

49. Một trong các bổn phận chỉ dành riêng cho công dân Hoa Kỳ là gì?*

- phục vụ trong bồi thẩm đoàn
- đi bầu trong bầu cử liên bang

54. Công dân phải bao nhiêu tuổi mới được bầu Tổng Thống?*

- Mười Tám (18) và hơn

56. Ngày cuối cùng có thể nạp mẫu khai thuế cho liên bang là?*

- 15 Tháng Tư

70. Ai là Tổng Thống đầu tiên?*

- (George) Washington

75. Một điều quan trọng mà Abraham Lincoln làm là gì?*

- giải phóng nô lệ (Tuyên Ngôn Giải Phóng)
- giữ gìn (hoặc bảo tồn) đoàn kết Quốc Gia
- lãnh đạo Hoa Kỳ trong Cuộc Nội Chiến

78. Cho biết một cuộc chiến mà Hoa Kỳ tham dự vào thập niên 1900.*

- Thế Chiến Thứ Nhất
- Thế Chiến Thứ Hai
- Chiến Tranh Cao Ly (Triều Tiên)
- Chiến Tranh Việt Nam
- Chiến tranh Vùng Vịnh (Ba Tư)

85. Martin Luther King, Jr. đã làm gì?*

- tranh đấu cho dân quyền
- hoạt động nhằm mang lại bình đẳng cho mọi người Mỹ

94. Thủ đô của Hoa Kỳ tên gì?*

- Washington, D.C.

95. Tượng Nữ Thần Tự Do ở đâu?*

- (Hải Cảng) Nữu Ước
- Đảo Liberty

[Cũng chấp nhận nếu trả lời là New Jersey, gần thành phố New York và trên sông Hudson.]

97. Tại sao lá cờ Hoa Kỳ có 50 ngôi sao?*

- bởi vì mỗi tiểu bang có một ngôi sao
- bởi vì mỗi ngôi sao tượng trưng cho một tiểu bang
- bởi vì có 50 tiểu bang

99. Ngày nào là ngày Lễ Độc Lập?*

- 4 Tháng Bảy

6

Reading and Writing Vocabulary
(USCIS Recommended)

Reading Vocabulary (USCIS List)

Your reading test will be 1-3 sentences. You must read one (1) of three (3) sentences correctly to show that you read English. The USCIS (INS) does not tell the words they use on the reading test. These are the words the USCIS recommends as the basic vocabulary that you should know, but there may be other words to read on the test. (Most of the words on the Writing list are the same as the ones on this list.)

Question Words

how
what
when
where
why
who
the
to
we

Other

a
for
here
in
of
on

Verbs

can
come
do/does
elects
have/has
be/is/are/was
lives/lived

Other (content)

colors
dollar bill
first
largest
many
most
north

Verbs

meet
name
pay
vote
want

Other (content)

one
people
second
south

People

George Washington
Abraham Lincoln

Places

America
United States
U.S.

Civics

American flag
Bill of Rights
capital
citizen
city
Congress
country
Father of Our Country
government
President
right
Senators
state/states
White House

Holidays

Presidents' Day
Memorial Day
Flag Day
Independence Day
Labor Day
Columbus Day
Thanksgiving

Writing Vocabulary (USCIS Recommended List)

The USCIS interviewer will read 1-3 short sentences to you and ask you to write them. You must write one (1) out of three (3) sentences correctly. (When you get one right, he will stop the writing test because you passed). The USCIS (INS) does not tell the words they use on the writing test. The list below has the words they recommend as good vocabulary for you to know.

Months

February
September
May
October
June
November
July

People

Adams
Lincoln
Washington

Holidays

Presidents' Day
Columbus Day
Thanksgiving
Flag Day

Civics

American Indian
capital
citizens
Civil War
Congress
Father of Our Country
flag
free
freedom of speech
President
right
Senators
state/states
White House

Labor Day
Memorial Day
Independence Day

Places

Alaska
California
Canada
Delaware
Mexico
New York City
Washington, D.C.
United States

Verbs

be/is/was
can
come
elect
have/has
lives/lived
meets
pay
vote
want

Other (content)

blue
dollar bill
fifty / 50
first
largest
most
north
one

Other

one hundred/ 100
people
red
second
south
taxes
white

Other (Function)

and
during
for
here
in

of
on
the
to
we

7

For More Information

For More Information
FEDERAL DEPARTMENTS AND AGENCIES

If you don't know where to call, start with 1-800-FED-INFO (or 1-800-333-4636) for more information. If you are hard-of- hearing, call 1-800-326-2996. The government also has a website: http://www.USA.gov for general information.

Department of Education (ED)
U.S. Department of Education
400 Maryland Avenue SW
Washington, DC 20202
Phone: 1-800-872-5327
For hearing impaired: 1-800-437-0833
http://www.ed.gov

Equal Employment Opportunity Commission (EEOC)
U.S. Equal Employment Opportunity Commission
1801 L Street NW
Washington, DC 20507
Phone: 1-800-669-4000
For hearing impaired: 1-800-669-6820
http://www.eeoc.gov

Department of Health and Human Services (HHS)
U.S. Department of Health and Human Services
200 Independence Avenue SW
Washington, DC 20201
Phone: 1-877-696-6775
http://www.hhs.gov

Department of Homeland Security (DHS)
U.S. Department of Homeland Security
Washington, DC 20528
http://www.dhs.gov

U.S. Citizenship and Immigration Services (USCIS)
Phone: 1-800-375-5283
For hearing impaired: 1-800-767-1833
http://www.uscis.gov

U.S. Customs and Border Protection (CBP)
Phone: 202-354-1000
http://www.cbp.gov

U.S. Immigration and Customs Enforcement (ICE)
http://www.ice.gov

Department of Housing and Urban Development (HUD)
U.S. Department of Housing and Urban Development
451 7th Street SW
Washington, DC 20410
Phone: 202-708-1112
For hearing impaired: 202-708-1455
http://www.hud.gov

Department of Justice (DOJ)
U.S. Department of Justice
950 Pennsylvania Avenue NW
Washington, DC 20530-0001
Phone: 202-514-2000
http://www.usdoj.gov

Internal Revenue Service (IRS)
Phone: 1-800-829-1040
For hearing impaired: 1-800-829-4059
http://www.irs.gov

Selective Service System (SSS)
Registration Information Office
PO Box 94638
Palatine, IL 60094-4638
Phone: 847-688-6888
For hearing impaired: 847-688-2567
http://www.sss.gov

Social Security Administration (SSA)
Office of Public Inquiries
6401 Security Boulevard
Baltimore, MD 21235
Phone: 1-800-772-1213
For hearing impaired: 1-800-325-0778
http://www.socialsecurity.gov or
http://www.segurosocial.gov/espanol/.

Department of State (DOS)
U.S. Department of State
2201 C Street NW
Washington, DC 20520
Phone: 202-647-4000
http://www.state.gov

You Can Also....

Check online:

Find new information and practice materials:

At the "Welcome ESL" website: www.welcomeesl.com

Visit the USCIS website at: http://www.uscis.gov

You can also go to: http://www.welcometousa.gov

Telephone:

Call Customer Service at 1-800-375-5283 or 1-800-767-1833 (hearing impaired).

To get the USCIS (INS) forms, call: 1-800-870-3676 or look on the USCIS website: http://www.uscis.gov

Remember: There are many websites for immigrants on the internet. Some are honest; some are not. If you see a website that ends with .gov you know that it is a government site. You can trust the information at government sites and they update them frequently.

8

Flash Cards

Make flash cards.* Then use them to study, practice and review the 100 Civics Questions.

*Flashcards reproduced from *U.S. Citizenship Test (English edition): 100 Bilingual Questions and Answers*

100 Civics Questions
Flash Card Format

Directions:

1. Remove the next pages from this book.

2. Cut each page on the dotted lines

-------------------------- so that you have three separate cards per page.

3. Keep the cut papers ("flashcards") in an envelope.

4. Practice. Read the question on the front and give the answer. Then look at the back to see if your answer was correct.

front   back

What is the supreme law of the land?	The Constitution

5. Keep the questions that you missed in a separate group from the questions that you already know the answers to. (Two envelopes—one for the answers you know and one for answers you don't know—can be very helpful.)

Practice the flashcards that you don't know again and again.

Remember: Many questions have more than one correct answers. Usually, you only need to know one of them for your civics test. The question will tell you if you need to know more than one correct answer for that question.

Note: You can cut out the questions on the next pages to make flash cards. Or you can practice reading and writing these by copying them onto the front and back of your own note cards (or "index cards"), then using them to study.

1. What is the supreme (highest) law of the land?

<------cut completely across-------->

2. What does the Constitution do?

<------cut completely across-------->

3. The idea of self-government is in the first three words of the Constitution.

What are these words?

1. the Constitution

2. sets up the government

   You need to know one answer.
   For more choices, see page 15.

3. We the People

4. What is an amendment?

- -

5. What do we call the first ten
    amendments to the Constitution?

- -

6. What is one right or freedom
    from the First Amendment?*

4. a change (to the Constitution)

5. the Bill of Rights

6. freedom of religion

    You need to know one answer.
    For more choices, see page 16.

7. How many amendments does the Constitution have?

- -

8. What did the Declaration of Independence do?

- -

9. What are two rights in the Declaration of Independence?

7. Twenty-seven (27)

8. announced our independence
   (from Great Britain)

   You need to know one answer.
   For more choices, see page 16.

9. –life
   -liberty

   You need to know two rights.
   For more choices, see page 16.

10. What is freedom of religion?

----

11. What is the economic system in the United States?*

----

12. What is the "rule of law"?

10. People can observe (have) any religion or no religion

11. capitalist economy

12. Everyone must follow the law.

You need to know one answer.
For other choices, see page 17.

13. Name one branch or part of the government.*

----

14. What stops one branch of government from becoming too powerful?

----

15. Who is in charge of the executive branch?

13. Congress

> You need to know one branch.
> For other choices, see page 17.

14. checks and balances

15. the President

16. Who makes federal laws?

- -

17. What are the two parts of
     the U.S. Congress?*

- -

18. How many U.S. Senators
     are there?

16. Congress

17. the Senate and House (of
    Representatives)

18. one hundred (100)

19. We elect a U.S. Senator for how many years?

- -

20. Who is one of your state's U.S. Senators now?*

- -

21. The House of Representatives has how many voting members?

19. six (6)

20. Answers will differ.

[District of Columbia residents and residents of U.S. territories should answer that D.C. (or the territory where the applicant lives) has no U.S. Senators.]

21. four hundred thirty-five (435)

22. We elect a U.S. Representative for how many years?

----

23. Name your U.S. Representative.

----

24. Who does a U.S. Senator represent?

22. two (2)

23. *Answers will be different for
every state.

Residents of territories with non-voting Delegates
or Resident Commissioners may provide the name
of that Delegate or Commissioner. Also accept-
able is any statement that the territory has no
(voting) Representatives in Congress.

24. All the people.

25. Why do some states have more
    Representatives than other states?

- -

26. We elect a President for how many
    years?

- -

27. In what month do we vote
    for President?*

25. (because) they have more
    people

    You need to know one answer.
    For other choices, see page 20.

26. four (4)

27. November

28. What is the name of the President of the United States now?*

- -

29. What is the name of the Vice President of the United States now?

- -

30. If the President can no longer serve, who becomes President?

28. Barack Obama

For other ways to say this,
see page 20.

29. Joe Biden

For other ways to say this,
see page 20.

30. the Vice President

31. If both the President and the Vice President can no longer serve, who becomes President?

- -

32. Who is the Commander in Chief of the military?

- -

33. Who signs bills to become laws?

31. the Speaker of the House

32. the President

33. the President

34. Who vetoes bills?

----

35. What does the President's
    Cabinet do?

----

36. What are two Cabinet-level
    positions?

34. the President

35. advises the President

36. Vice President;
    Secretary of State

    You only need to know 2 positions.
    For other choices, see page 22.

37. What does the judicial branch do?

- -

38. What is the highest court in the United States?

- -

39. How many justices are on the Supreme Court?

37. explains laws

   You need to know one answer.
   For other choices, see page 22.

38. the Supreme Court

39. nine (9)

40. Who is the Chief Justice of
the United States now?

----

41. Under our Constitution, some powers
belong to the federal government. What
is one power of the federal government?

----

42. Under our Constitution, some powers
belong to the states. What is one power
of the states?

40. John Roberts

41. to declare war

        You need to know one power.
        For other choices, see page 23.

42. to give a driver's license

        You only need to know one power.
        For more choices, see page 23.

43. Who is the Governor of your
state now?

- -

44. What is the capital of your
state?*

- -

45. What are the two major political
parties in the United States?*

43. Answers will be different

[District of Columbia residents should
answer that D.C. does not have a Governor.]

44. Answers will differ--see page 24.

[District of Columbia residents should
answer that D.C. is not a state and does
not have a capital. Residents of U.S.
territories should name the capital of the
territory.]

45. Democratic and Republican

46. What is the political party of the President now?

- -

47. What is the name of the Speaker of the House of Representatives?

- -

48. There are four amendments to the Constitution about who can vote.

Describe one of them.

46. Democratic (Party)

47. (John) Boehner

48. Any U.S. citizen over 18 years old
can vote.

You need to know one amendment.
For other choices, see page 25.

49. What is one responsibility that is only for United States citizens?*

- -

50. Name one right only for United States citizens.

- -

51. What are two rights of everyone living in the United States?

49. to serve on a jury

   You only need to know one answer.
   For other choices, see page 26.

50. to vote in a federal election

51. freedom of religion

   You need to know one right.
   For more choices, see page 26.

52. What do we show loyalty to when we say the Pledge of Allegiance?

- -

53. What is one promise you make when you become a United States citizen?

- -

54. How old do citizens have to be to vote for President?

.

52. the United States

53. to defend the U.S.

   You need to know one answer.
   For more choices, see page 27.

54. 18 (eighteen and older)

55. What are two ways that Americans can participate in their democracy?

- -

56. When is the last day you can send in federal income tax forms?*

- -

57. When must all men register for the Selective Service?

55. (1) vote;
      (2) join a political party

For more choices of answers, see page 27.

56. April 15

57. at age eighteen (18)

58. What is one reason colonists came to America?

- -

59. Who lived in America before the Europeans arrived?

- -

60. What group of people was taken to America and sold as slaves?

58. freedom

You need to know one reason.
For more reasons, see page 28.

59. American Indians

For another way to say it, see page 29.

60. people from Africa

61. Why did the colonists fight the British? (1 reason)

- -

62. Who wrote the Declaration of Independence?

- -

63. When was the Declaration of Independence adopted?

61. because of high taxes
    ("taxation without representation")

    You need to know one answer.
    For other choices, see page 29.

62. (Thomas) Jefferson

63. July 4, 1776

64. There were 13 original states.
    Name three.

---

65. What happened at the
    Constitutional Convention?

---

66. When was the Constitution written?

64. New York
New Jersey
North Carolina

For a complete list, see page 30.

65. The Constitution was written.

For other answers, see page 30.

66. 1787

67. The Federalist Papers supported the passage of the U.S. Constitution. Name one of the writers.

- -

68. What is one thing Benjamin Franklin is famous for?

- -

69. Who is the "Father of Our Country"?

67. (James) Madison

You need to know one writer.
For other choices, see page 30.

68. He started the first free libraries

You need to know one answer.
For more choices, see page 31.

69. (George) Washington

70.   Who was the first President?*

----

71.   What territory did the United States
       buy from France in 1803?

----

72. Name one war fought by the
      United States in the 1800s.

70.   (George) Washington

71. Louisiana

For another way to say this,
see page 31.

72. Civil War

You need to know one war.
For more choices, see page 32.

73. Name the U.S. war between the North and the South.

- -

74. Name one problem that led to the Civil War.

- -

75. What was one important thing that Abraham Lincoln did?*

73. the Civil War

For another way to say this,
see page 32.

74. slavery

You need to know one answer.
For other choices, see page 32.

75. freed the slaves

You need to know one answer.
For more choices, see page 32.

76. What did the Emancipation
    Proclamation do?

- -

77. What did Susan B. Anthony do?

- -

78. Name one war fought by the United
    States in the 1900s.*

76. freed the slaves

You need to know one answer. For another choice, see page 33.

77. fought for women's rights

You need to know one answer. For more choices, see page 33.

78. World War I

You need to know one answer. For more choices, see page 33.

79. Who was President during
     World War I?

----

80. Who was President during the Great
     Depression and World War II?

----

81. Who did the United States
     fight in World War II?

79. (Woodrow) Wilson

80. (Franklin) Roosevelt

81. Japan, Germany, and Italy

82. Before he was President Eisenhower was a general. What war was he in?

- -

83. During the Cold War, what was the main concern of the United States?

- -

84. What movement tried to end racial discrimination?

82. World War II

83. Communism

84. the civil rights movement

85. What did Martin Luther
    King, Jr. do?*

----

86. What major event happened on
    September 11, 2001, in the United
    States?

----

87. Name one American Indian tribe in
    the United States.

    [USCIS Officers will be given a list of
    recognized American Indian tribes.]

85. He worked for equality for
all Americans.

You need to know one answer. For
other ways to answer, see page 34.

86. Terrorists attacked the United States.

87. Pueblo

You need to know <u>one</u> tribe.
For more tribes, see page 35.

88. Name one of the two longest rivers in the United States.

- -

89. What ocean is on the West Coast of the United States?

- -

90. What ocean is on the East Coast of the United States?

88. Missouri (River)

You need to know one river.
For the other river, see page 35.

89. Pacific (Ocean)

90. Atlantic (Ocean)

91. Name one U.S. territory.

- -

92. Name one state that borders Canada.

- -

93. Name one state that borders Mexico.

91. Puerto Rico

You need to know one territory.
To see the complete list, see page 36.

92. Alaska

You need to know one state.
To see the complete list, see page 36.

93. California

You need to know one state.
To see a complete list, see page 36.

94. What is the capital of the United States?*

- -

95. Where is the Statue of Liberty?*

- -

96. Why does the flag have 13 stripes?

94. Washington, D.C.

95. New York (Harbor)

You need to know one answer.
For other ways to answer, see page 37.

96. (because) there were 13 original
colonies

You need to know one answer.
For more choices, see page 37.

97. Why does the flag have 50 stars?*

----

98. What is the name of the
    national anthem?

----

99. When do we celebrate
    Independence Day?*

97. because there are 50 states

You need to know one answer.
For other ways to say this, see page 37.

98. "The Star-Spangled Banner"

99. July 4